AF756276

எழுத்தாணிக்கு மை தந்தேன்

என் ரத்தத்தை

ம.செல்லமுத்து எம்.ஏ.பி.எட்

aelay
publish

எழுத்தாணிக்கு மை தந்தேன் என் ரத்தத்தை
கவிதைகள்
ஆசிரியர் : ம. செல்லமுத்து 2023 ©
முதல் பதிப்பு : ஜனவரி 2023
வெளியீடு : ஏலே பதிப்பகம்
5/175, பாத்திமா நகர், கூத்தென்குழி,
திருநெல்வேலி - 627104
தொடர்புக்கு : +91 9944992571

Ezhthaanikku Mai Thanthaen En Rathathai
Poetry
All rights reserved
by M. Sellamuthu 2023 ©
First Edition : January 2023
Pages: 193
ISBN : 978-93-5533-551-7
Aelay Publish
Contact : +91 9944992571
Designed by : Aelay publish team

தவழும் என் தலைப்புகள்

குறுங்கவிதைகள்

நூலாசிரியர் பற்றி;

கவிஞர் மெய்யெழுத்தன்
ம.செல்லமுத்து
எம்.ஏ..பி.எட்..
பெரம்பலூர் மாவட்டத்தைச் சேர்ந்த இவர் நூத்தப்பூர் கிராமத்தில் பிறந்தவர்...

தந்தை மணிவேல் தாயார் அல்லிப்பொண்ணு உடன் பிறந்தவர்கள் அன்புச்செல்வி முத்துலட்சுமி மற்றும் நண்பர்கள் இவர் கவிதை எழுத முனைகிறார்....

இவர் பாரதிதாசன் பல்கலைக்கழகத்தில் முதுகலை பட்டமும்,, தமிழ்நாடு ஆசிரியர் பல்கலைக்கழகத்தில் இளங்கலை கல்வியல் பட்டமும் படித்து முடித்து இருக்கிறார் .....

இவர் பயலும் வேளையிலே கவிதை எழுதியும் உள்ளார்...

கவிதைகள் ஆர்வம் கொண்டு, ,.இவர் தற்போது முதல் நூலாக இந்தக் கவிதை தொகுப்பினை எழுதியுள்ளார் ....

மேலும் கவிதைகளும் கட்டுரைகளும் நாவல்களும் எழுதி வருகிறார் ....

என் புத்தக வரிகளுடனும்,, உங்களுடனும்,
என்றென்றும் நன்றிகளுடன்

இவன்:
ம.செல்லமுத்து எம்.ஏ.,பி.ஏ.,

முடிவில்லா பயணங்கள்

• • •

இந்த பிரபஞ்சத்தில் படைக்கப்பட்ட ஒவ்வொரு
உயிருக்கும் ஒரு அனுபவம் உண்டு!!

வாழ்க்கையில் நாம் சந்திக்கும் ஒவ்வொரு
சூழ்நிலைகளிலும் எண்ணிலடங்கா இடர்பாடுகள்
பயணங்களில் முக்கியமானவை

இந்த சமூகத்தில் ஒரு மனிதன் சந்திக்கும் வலிகள்
நிறைந்த வாழ்க்கையில்

சில காயங்களும் அதற்கான மருந்துகளும் சில
தடைகளும், அதற்கான பலன்களும், வெற்றியோ,
தோல்வியோ, அதன் சூழ்நிலைகளை பொறுத்தே
பயணங்கள் அமைகிறது

எண்ணங்களை எண்ணி எண்ணி அலையும் ஏமாளியாக
தான் ஒவ்வொரு மனிதனின் வாழ்க்கையும்
முடிவடைகிறது

உணர்வுகளை ஒதுக்கி உணர்ச்சிகளை அடக்கி
நிலையற்ற வாழ்க்கையில் சில நினைவுகள் கூட<>கூட
வருவதில்லை

இதற்கிடையே ஒருமனிதன் தொடங்குவதும் முடிவதும்
ஒரு முடிவில்லா பயணமாகவே இங்கு
முடிவடைகிறது!!!

இராணுவ பாசறை

* * *

- நாட்டுக்காக நட்டுவைத்த யுத்த பூக்கள்-நாங்கள்
- நாட்டுக்கு ஒரு விடியலை மீட்டெடுக்க
- விண்மீன்களாய் விழித்துக் கொண்டிருக்கிறோம்-நான்கு திசைகளிலும்
- வேகம் ஒன்றே நிலையானது வெகுண்டெழுந்த அந்நாளே- எங்களுக்கு நிலையானது
- உடலை இரும்பாக்கி- வியர்வையை மருந்தாக்கி- இரத்தத்தை பரிசாக்கி- எங்கள் பாசறையை பலப்படுத்துவோம்
- நாட்டுக்காக நடமாடுகிறோம் வீட்டுக்காக தடுமாறுகிறோம்
- பசிக்கு பஞ்சமில்லை பாசத்துக்கு நெஞ்சமில்லை
- வலியோடு விளையாடுவோம் அந்நியனை விரட்டியடித்து-எங்கள் வலிமையை நிலைநாட்டுவோம்
- விழிகள் உறங்கியதும் இல்லை
- உள்ளம் நடுங்கியது மில்லை
- தேசத்துக்காக சேதப்படுகிறோம் சேதப்பட்ட பின்பு தேதி அடைகிறோம்
- நாடே என்னுடல்

  வீட்டுக்கொரு மரம் வளர்ப்போம்!!
  நாட்டுக்கொரு வீரமகன் வளர்ப்போம்!!

உணவுக்கு உயிர் ஊட்டுவோம்

* * *

✍ விலைக்கு பஞ்சமில்லை உணவளிக்க நல்ல நெஞ்சம் இல்லை

உயிரை காக்க உழவோடு உறவாடும் உழவனே

எங்கள் செந்தமிழ்நாட்டு தலைவனே

தலை விழிநீர் துடைக்க வயலில்

எந்த வயதிலும் விளையாடும் ஆற்றல் உடையவனே

நீ

உழவோடு உன் உயிரும் கலந்து

இந்த ஜகத்தில் மற்ற உயிர்களையும் உணவளித்து காக்கும்

நீ உழை மகனே எங்கள் உழவன் மகனே

இந்த ஜகத்தில் உணவின்றி எவ்வுயிரும் இல்லை

அவ்வுணவை உழுது வளர்க்க உழவன் இல்லை

✍ இந்த ஜகத்தில் பசிக்கு பஞ்சம் இல்லை பாசத்துக்கு நெஞ்சம் இல்லை

இயற்கையோடு உறவாடிய நம் வாழ்க்கை செயற்கை யோடு செத்து மடிகிறது

கார்ப்பரேட் காரன் காடுகளை களவாடும் நேரம்
உழவன் உயிரோடு போராடும் காலம்

உணவு போய் உயிர் இல்லை உணவளிக்க நல்ல பயிர்
வளர்வதில்லை

சேமிப்போம் வருங்கால சந்ததிகளை உணவோடு உயிர்
ஊட்டுவோம்

இங்கு விலைக்கும் பஞ்சமில்லை இங்கு உணவளிக்க
நல்ல நெஞ்சம் இல்லை

உழவனை மதி
சேற்றில் மிதி
சோற்றில் உன் விதி
இது உயிர்கள் வாழ காலத்தின் விதி

உணர்வுகளுடன்

பயிர்களை வளர்ப்போம்
உயிரை காப்போம்

உணவுக்கு உயிர் ஊட்டுவோம்

இலக்கை நோக்கி முடிவில்லா பயணம்

• • •

என் வாழ்க்கையை தேடும்பொழுது வழிநடத்த கூட யாரும் வருவதில்லை;

வலிகளை சுமக்கும் பொழுது வாய்ப்பு தர கூட யாரும் வருவதில்லை;

எதிர்த்து நின்று போராடும் பொழுது ஆதரவாக கூட யாரும் வருவதில்லை;

உழைப்பைக் கொண்டு உயரும் பொழுது கூட யாரும் வருவதில்லை;

என் உடலை விட்டு உயிர் போகும் பொழுது கூட யாரும் வருவதில்லை;

தனிமையில் தவிக்கும் என் வலிகள் நிறைந்த வாழ்க்கையில் என் வரிகள் கூட ஒரு முடிவில்லா பயணமாகவே முடிவடைகிறது!!

குழந்தைப் பருவம்
பள்ளிப் பருவம்

• • •

என் தாயின் மனதை மகிழ்வித்த தருணமே என் மழலைப் பருவம்

அவள் வலியும் வேதனையும் என் மழலை நிலையை கண்டு மகிழ்ந்தது அந்த தருணம்

அவள் அரவணைப்பில் என் மழலை பருவ நிலை மலர்ந்தது

-----------------::::::-------------

ஆறாம் அறிவை தீட்ட ஆசிரியரை அணுகியது என் பள்ளிப்பருவம்

என் ஆசிரியரின் அணுகுலம் அகிலத்தையும் நான் ஆள கற்க உதவியது

ஆசானின் ஆளுமை எங்கள் வருங்கால வாழ்க்கையை வாழ வழி வகுத்துக் கொண்டிருக்கிறது

முதல் அனுபவம்

* * *

இப்பிரபஞ்சத்தில் பிறக்கும் ஒவ்வொரு உயிருக்கும்
முதல் அனுபவம் உண்டு

அப்படி மனிதனால் உணரப்பட்டவை

கருவறையில் என்னை கலை எடுத்த என் தாயின்
வலியும் வேதனையும் நானும் என் தாயும் கண்ட முதல்
அனுபவமே

என் தாய் கற்பித்தல் முதல் நான் கற்றது வரை
அனைத்தும் முதல் அனுபவமே

அனுபவம் கடவுளால் படைக்கப்பட்டது அல்ல
மனிதனால் உணர்ந்து மனிதனால் விதைக்கப்பட்டது

வலிகள் நிறைந்த இந்த வாழ்க்கையில் ஒவ்வொரு
உயிரும் சந்திக்கும் இடர்ப்பாடுகள் அனைத்தும் முதல்
அனுபவமே

இந்த இடைப்பட்ட காலத்தில் வெற்றி தோல்வி முயற்சி
பயிற்சி நாம் சகித்து சாதித்தது முதல் அனுபவமே

நாம் கருவறையில் கற்றது முதல் நாம் கல்லறையில்
கற்கப் போகும் அனைத்து முதல் அனுபவமே

நான் உணர்ந்த அனுபவங்களுடன் உங்கள்
அனுபவமும்......

இராணுவ களம்

* * *

நாடே நான் என்றும் நானே நாடு என்றும் ராணுவ களத்தில்

நாடே என் உயிர் களம்
உறவே என் பொது நலம்
கடமையை என் முதல் தளம்
இறப்பே என் பாரத நிலம்

பாரதத்தைப் பலப்படுத்த எங்கள் உயிரை
பரிசளிக்கிறோம்
மற்ற பாரத உயிர்களுக்காக

தாய் நாட்டுக்காக தாயை விட்டு
நாடே தாயென்று எங்கள் கடமையை பணியாற்ற
எங்களைப் பலப்படுத்திக் கொண்டு பயணிக்கிறோம்

எங்கள் உயிருக்காக பயந்ததும் இல்லை
அன்னியர்களுக்கு பணிந்ததும் இல்லை

ஆயுதங்களை அரவணைப்போம்
களத்தில் கலை எடுப்போம்
அன்னியர்களின் கழுத்தையும் எடுப்போம்

வீழ்ந்தாலும் தாழ்ந்தாலும் எங்கள் வீரம் பாரதத்தில்
மற்ற வீரர்களை வீரன் ஆக்கும்

காலம் கடந்தாலும் எங்கள் கடமைகள் கலையாது
நேரம் கடந்தாலும் எங்கள் நேர்மையும் கலையாது

உண்ண உணவும் இல்லை உறங்க நேரமும் இல்லை

எங்கள் உயிர் எந்த நொடியும் நிலைப்பதும் இல்லை

நாளைய பொழுது எங்களுக்கு விடியலும் இல்லை

ஆந்தைகள் கூட எங்களுக்கு உதவிடும்
பிற அந்நிய ஆந்தைகள் அளிப்பதற்காக

யுத்தத்தில் உழைப்போம்
ரத்தத்தை ரசிப்போம் அந்நியனை அளிப்போம்
யுத்தத்தை தடுப்போம்

எங்கள் மண்ணில் வழிகளை சுமப்போம்
எங்கள் வழி களுக்காக எங்களை மண் சுமக்கும்

வீரத்தை விதைக்கும் விதைகள் நாங்கள்
அழிக்க அழிக்க முளைத்துக் கொண்டே இருப்போம்

எங்கள் பாரத நிலத்தில்!!பாரதத்தை பாதுகாக்க!!

நாட்டுடன் நாங்கள் வீட்டுடன் நீங்கள் உ ங்களுக்காக
நாங்கள்
உங்கள் உயிருக்காக நாங்கள் எங்களுக்காக எங்கள் பாரத
மண்

நன்றிகளுடன்:

நானும் ஒரு ராணுவ வீரனாக மாறிய நொடியில்

என்னவள் என் இதயத்தை திருடி நாள்

* * *

கல்வி கற்கச் சென்ற இடத்தில் காதலையும் கற்று வந்தேன்

அனுபவங்களை கற்றுக் கொண்டிருந்த காலகட்டத்தில்
அவள் அன்பையும் பெற்றுக் கொண்டேன்...

முதல்நாள் முகம் அறியாமல் மறுநாள் மனம் அறியாமல்
பல நாட்கள் அவளையும் அறியாமல்
மாதங்களும் மாறியது அப்பொழுது என் மன நிலையும் மாறியது

அவள் என்னிடம் பேச தொடங்கிய நேரத்திலிருந்து

அவள் அன்பை என்னிடம் வெளிப்படுத்திய
நாட்களிலிருந்து அவள் அன்பு என் இதயத்தை மெல்ல மெல்ல துளைத்துக் கொண்டே இருந்தது

அவள் அன்பில் என் அறிவும் மழுங்க தொடங்கியது

அவளை நினைக்கும் நொடிகள் எல்லாம் என் எண்ணம் மாற தொடங்கியது

அவளை மட்டுமே நினைத்துக் கொண்டிருக்க
வேண்டும் என்று-- என்னவளுக்காக

காலம் கடந்து ஓடிக் கொண்டிருந்தது வலிகளும்
அதிகமாக ஆளத் தொடங்கியது--என்னவளுக்காக

அவள் என்னிடம் பேசாத நாட்களில் உண்மையாகவும்
அவளைப் பார்க்காத நாட்களில் பைத்தியக்காரனாகவும்
வாழத் தொடங்கினேன்-- என்னவளுக்காக

என் கனவில் அவள் ஒரு பக்கம் என் கனவும் ஒரு பக்கம்!!!!

வரிகளை வரையத் தொடங்கினேன் வார்த்தைகளை தேட தொடங்கினேன்--என்னவளுக்காக

அவளை நினைத்து நினைத்து என் உடலும் தேகமும் பொழிவு தன்மையை இழந்தது

விதி""

ஒரு நாள்??

என் வலிகளும் என் வார்த்தைகளும் என் வரிகளில்......;

அவள் வீட்டிற்கு கடிதங்களாக பறந்து சென்றது"""
அவள் குடும்பத்தில் போர்க்கொடி எழுந்தது"""""
நான் போராட வேண்டிய கட்டாயமும் எழுந்துவிட்டது"""

என் காதல் ஊரெங்கும் காற்றில் ஊரார்களின் காதுகளில் தாளம் போட்டது!!

எனக்காக அவள் விதியை தேடினால் ஆண்டவன் அவள் மதியைக் கொண்டு காப்பாற்றி விட்டான்""

காதலில் சாதிக்க நினைத்த நாங்கள் சாதி என்னும் சாக்கடையில் சிக்கி கொண்டோம்::::

ஆம் அவள் ///

வேறுபட்ட சமூகம் சாதி பட்ட சமூகத்தில் அவளை மீட்டெடுக்க சாத்தான் களிடம் போராட வேண்டிய கட்டாயம் எழுந்தது==
ஆம் என்னவளுக்காக போராடுவேன்.... ?

தொடரும்.......

என் காதல் வலிகளை வரிகளாக மாற்றி உங்களிடம் சமர்ப்பிக்கிறேன்

கவியொளியும் கவிஞனும்

* * *

ஒரு கவிஞன் தன் கற்பனைகளை கவியாக மாற்றி!!

வார்த்தைகளை ஒரு கலவையாக கொண்டே
கவிதையை வடிக்கிறான்!!

அவன் வாழ்க்கையில் அனைத்தின் மீதும் காதல்
கொண்ட தன் உணர்வுகளையும் உணர்ச்சி களையும்
உள்ளடக்கி கவிதையை நயம்பட எழுதுகிறான்

புவியீர்ப்பு விசை போல் ஒவ்வொரு கவிஞர்களும் தன்
கவி ஈர்ப்பு விசை கொண்டு தன் வரிகளில் தத்துவம்
மற்றும் தாக்கத்தையும் படைக்கின்றான்.

காலத்தையும் தழுவி எழுத வைக்கும் எங்கள் வரிகள்
இதயத்தையும் சற்று நிறுத்தி எழுத வைக்கும்

செல்லுமிடமெல்லாம் சிந்தனையில் பிறக்கும் எங்கள்
கவிதைகள்..

தன்

கவிஞர்கள் வாழ்க்கை கல்லறை சென்றாலும்
அவர்களது கவிதை காலங்களில் கவிபாடும்

கவியும் கவிஞர்களின் மீது கர்வம் கொள்ளும்

மங்கையின் மனதில்—
மன்னவன்

• • •

மங்கையின் மனதை வென்றுவிட்டால் மன்னவன்
மண்ணுக்கும் விண்ணுக்கும் ஆடுவான்

இங்கு தூக்கத்தை விலை கொடுத்து வாங்கும் சிலர்!!
அந்த தூக்கத்திற்கே துட்டு கொடுக்கும் பலர்!!

நேரங்கள் நெஞ்சோடு
இனிவரும் காலங்கள் இருவர் கையோடு;

இதயத்தின் சத்தம் இரட்டிப்பாகும்! இருவரின் ரத்தம்
மிரட்டிப்பாகும்!

மங்கையின் மனதின் மன்னவன் கண்ணன்?
மற்றவர்களின் மனதில் மன்னவன் கர்ணன்.

மங்கை ஆடுவாள் கற்பனையில் மன்னவன் தேடுவான்
மங்கையின் கருப்பையில்:;

இருவர் போய் மூவர்! இனி விடியலை நோக்கி தேடுவர்;
வாழ்க்கையை கண்டு வாடுவர்;..

வென்ற மனதில் வெற்றி இடமும் உண்டு

உழைப்பிற்கு தலைமகன் விவசாயி

* * *

விண்ணுக்கும் மண்ணுக்கும் சொந்தக்காரன்,.

எங்கள் வீட்டுக்கு காவல்காரன்,.

உழைப்பிற்கு கலைமகன்!! வியர்வைக்கு தலைமகன்!!

உணவுக்கு உயிர் ஊட்டுவான்,,
உலகிற்கே சோறு ஊட்டுவான்,,

தன் பசி மறந்து பிற பசி அறிவான்

அறிவாளிக்கும் அன்னம் ஊட்டும ஆணழகன்"
விவசாயத்தை உழுது உயிரூட்டும் பேரழகன் "
இவன் சேற்றில் வைக்கும் (கை-கை)
பலர் சோற்றில் வைப்பது (மெய்)"

காட்டிலே கலை எடுக்கும் (கை)
இவன்
நல்ல சோற்றிலே கைவைப்பது (பொய்)
இவன்
உழைப்பிற்கு உயர்வில்லை:பிறர்
இவன் உயிருக்கு நிகர் இல்லை!!

இவன் காலம் கல்லறை நோக்கும்பொழுது
இயற்கையும் கூட கண்ணீர் வடிக்கும்;...

தலைமகனே மீண்டும் வா .....!!

பணமும்—பிணமும்

பிணத்துக்கும் பிடிக்கும் பணம்
அதற்காக
தினமும் தேடி அலையுது மனித இனம்
பலருக்கு வாடும் அந்த மனம்!

நந்தவனமா இருந்த நெஞ்சம் இப்பொழுது நெஞ்சு
மணமாய் வாடுது

பணம்

ஒன்றுக்கும் உதவாத நோட்டு பலர் வாழ்வில் பாடுது
பாட்டு

ஏழைகளை தேடி செல்லாத பணம்"" பல கேடிகளை
தேடிச் செல்லும் இடம்""

மனிதனால் உருவாக்கப்பட்ட பணம்!
மனிதனுக்கே தருகிறது ரத்த கணம்!

கடவுளுக்கும் பிடிக்கும் பணம்"
பலர் கழுத்தை அறுப்பதற்கு தேடும் சில இனம்:

நோட்டு சொல்லும் பாட்டு பலர் போடும் வேட்டு

பணம் பழக ஆரம்பித்து விட்டால் பகையாகிவிடும்
பிறகு அவர்களை பிணமாகிவிடும்

பணத்தால் வாழ்ந்தவன் யாரோ!! பணத்தால்
விழுந்தவன் யாரோ!!

ஆனால்

பிணம் என்னும் சொல்லில் வீழ்வது நாம் அனைவரும்

இங்கு நாம் சமம் என்று புரிந்து கொள்"" எதுவும்
நிரந்தரமில்லை என்று அறிந்து கொள்""

இயற்கை தாயின் கண்ணீர்

• • •

என்னுள் ஆரம்பித்து என்னுள்ளே மறையும் மானிடா!!

செயற்கை என்னும் சேர்க்கையை நம்பி
செத்துப்போகும் மானிடா""
இயற்கையை நம்பி என்றளவும் புத்துயிர் பெற்றுக்
கொள்""

உன்னால் செயலாற்ற பட்டு செய்யும் செயற்கை
பொருள்கள்!
உன் தலைமுறைகளை தலைகாட்ட முடியாமல் பண்ணி
விடும்"!

இயற்கை

மானிடா நீ
என்னை உருவாக்க வில்லை என்றாலும் உயிருடன்
விடு'''
உன் தலைமுறைகளின் உயிரை காக்கிறேன்
தூய்மையாக;;

மண்ணை பலப்படுத்து,, காடுகளை காயப்படுத்தாதே,,,

மழை நீரை சுத்தப்படுத்து""
மலைகளை சுரண்டாதே""

நீர்நிலைகளை அழகு படுத்து!
அதன் நில தன்மையை
சுரண்டாதே!

நிலத்தை மேம்படுத்து நஞ்சு மருந்துகளை அதற்கு
மேம்படுத்தாதே!!

என் உயிர் உயிரினங்களை பாதுகாத்து பலப்படுத்து:
அதன் உயிர்களை விற்பனை பண்ணாதே;;

மரங்களை பலப்படுத்து"
மனித இனங்களை வலப்படுத்து"

இயற்கை
என்னை கண்ணீர் வடிக்க விட்டால்!!
உன் உறவினர்கள் உனக்காக கண்ணீர் வடிப்பார்
மானிடா!!

விசத்தை அருந்தும் நீ மீண்டும் என் விறகில் தான் தீக்கு
இரையாகுவாய்!!

செயற்கை செத்தும் மடியும் ""
இயற்கை மடிந்தும் மலரும்""

உன் சந்ததிகளின் வருங்கால சந்தோசம் உன் கையில்
இப்படிக்கு இயற்கை .....?

என் லட்சிய பாதையில் நான்

• • •

வாழ்க்கை-என் வழிப்பாதை யாளர்கள்

சோகங்கள்-என் சொந்தக் காரர்கள்

கல்வி-என் நவரசங்கள்

பாடம்-என்னை நானே அறிந்தவர்கள்

வறுமை-என் முன்னோர்கள்

வலி-என் துணையாளர்கள்

ஏமாற்றம்-என் வழிப்போக்கர்கள்

நகைப்பு-என் வருங்கால நடிகர்கள்

தாய்-தந்தை என் கடவுள்கள்

உடன்பிறப்பு-என் நாளைய உறவுகள்

நட்பு-என் இறுதி தூண்கள்

கருவம்-என் இதய துணையாளர்கள்

படைப்பு-என் வழிகாட்டி ஆசிரியர்கள்

முயற்சி-என் உயிர் ஆன்மாக்கள்

தோல்வி-என் தோழமைகள்

லட்சியம்-என் மூளை காரர்கள்

வெற்றி-என் நாளைய வாரிசுகள்

உன்னை நீ உணர்ந்தால்

• • •

நம் வாழ்க்கையில் நாம் சந்திக்கும்
சூழ்நிலைகளும் இடர்பாடுகளும்

மனதளவில் வலிகள் நிறைந்ததாகவே அமைகிறது

பூத்துக்குலுங்கும் பூவில் தேனை உறிஞ்சும் தேனீ போல்
சிலநேரம் தித்திக்கும் !!

சில நேரம் சுட்டெரிக்கும் சூரியன் கூட வழக்கு போட்டு
சோதிக்கும்!!

சுறுசுறுப்பாக நம்மை ஒவ்வொரு நொடியும் உணர
வைத்துக் கொண்டே இருக்கிறது இந்த வாழ்க்கை;.....

முயற்சி

* * *

கவிழ்ந்து விடாதீர்!! மானிடா கவிழ்ந்து விடாதீர்!!

காலம் கடந்து செல்ல செல்ல காவியம் மாறிக்
கொண்டேதான் இருக்கும்

விடியும் வரை படி"" கண் விழித்த பின் முடி""

இனி வரலாறு உன் பக்கம்....

என்னுள் என் காதல்

• • •

கற்பனையில் கூட அவள் களவு போகாமல் அவளை
என் கண்களில் வைத்து என் இதயம் வருடிய நேரத்தில்
என் வரிகளில் அவளை நினைத்து!!

உன் நினைவில் நான் வாடிய நாட்களை விட நான்
வலுவிழந்த நாட்களே அதிகம்.

நினைவுகள் கூட சில நேரம் மறந்து போகும்""
ஆனால்?
நாம் விரும்பிய இதயங்கள் மறந்து போகாது ஒரு
பொழுதும்""

என் அன்பே:

காலையில் காதலி என்ற கனவில்!

மதியம் மனைவி என்ற நிலையில்!

இரவில் இனியவளே என்ற தொடரில்!

அனுதினமும் உன்னை ரசிக்கும் முதல் கவிஞனும்
நானடி பெண்ணே""
காதலனும் நானடி கண்ணே""

வரிகள் தொடரும்....

வாழ்க்கையில் சிகரம் தொடுவோம்

• • •

பூமியில் பிறந்த ஒவ்வொரு உயிருக்கும் வாழ்க்கையில் பல பாடங்களை கற்றுக் கொள்ள கட்டாயம் உண்டு!

அதில் மனிதனின் பயணங்கள் என்பது மிகவும் கேள்விக்குறியானது?

அவன் வாழ்வின் சூழ்நிலைகளைப் பொறுத்து போராட வேண்டிய கடமைகளும் உண்டு!

பல தடைகள்"பெறும் வலிகள்'

அதிக அவமானங்கள்'
வறுமையின் வாடல்'
லட்சியத்தின் தேடல் கண்ணீர் துளிகள் சோகத்தின்
விளிம்பு பயணத்தின் வழக்கு பாதையில் தடுங்கள்
தோல்வியில் இடர்பாடு"
வெற்றியின் ஆக்கம் சிரிப்பின் தாக்கம்

வாழ்வில் மகிழ்ச்சி எனும் சிகரத்தை அடைய
சிந்தனைகளையும் நம்பிக்கைகளையும்
நம் உழைப்பை கொண்டு நாளைய நயமாக்கி சிகரம்
தொடுவோம்!!!

தண்ணீர் விவசாயின் கண்ணீர்

• • •

விண்ணுக்கும் மண்ணுக்கும் மகத்தானவன்

மனதளவிலும் மற்றவர்களுக்கு ஆண்டவன்

விருந்தோம்பலுக்கு உறவுக்காரன் எங்கள் உழவன்!!

நீர் இன்றி உயிர் இல்லை உலகில்

நீர் நிலைகள் நின்றுவிட காடுகள் கருகி நிற்க-விவசாயி

கண்கள் கலங்கி நிற்க-கடவுள் என்ற கொடூரன் கருணை கிடைக்கவில்லை!

தண்ணீரை காண இயலாத கண்கள் கானல் நீரைக் கண்டு கலங்குது

தண்ணீருக்கும் விலை வைக்கும்
உலகமதி
அதை வாங்க இயலாத எங்கள் தலைவிதி

விவசாயின் வியர்வை தண்ணீரை சேமிக்கும்""

விஞ்ஞானிகளின் வியர்வை பல வியாதிகளை சேகரிக்கும்""

தண்ணீருக்குத் தடுமாறும் உழவன்,
நாளைய தலைமுறை போராடும் தலைவன்

கண்ணீர் துளிகள் உடன் நானும் ஒரு விவசாயி மகனே ....

பனிக்கால பறவை

* * *

பாசத்திற்கு பாகுபாடும் இல்லை எல்லைகளும் இல்லை

பருவ நிலைகளில் பறவைகளும் தன்னிடம் தேடி
பறந்து செல்லும் தன் இன --- பாசத்திற்காக

கண்டங்கள் கடந்தாலும் அதன் கடமை அழகு
கலைவதில்லை --தன் இனத்திற்காக

கொஞ்சி தழுவும் இடத்திற்கு தூக்கமில்லா பயணம்
ஆனால்-
துயரமில்லை

உணவு கூட முன் வருவதில்லை தன் உறவுக்காக
பயணத்தின் பொழுது-- வானில்

இறகுகள் கூட. இழைப்பாராமல் வேகமெடுக்கும்
அதன்-- உழைப்பிற்காக

போட்டி போடும் வேகம் அடைய வேண்டும் என்ற
தாகம் --கண்களில்

ஒய்யார அழகை கொண்டு தன் உறவைத் --தேடும்

கடந்து வந்த கஷ்டங்களை விட தன் உறவின் சந்திப்பே
பெரும் இஷ்டமாக இருக்கும்-- அந்நொடிகளில்

பாசத்தை பொழியும் பொழுது பனிக்காலம் கூட ஓய்வு
எடுக்கும்

அந்நாட்களில் அதன் இனமும் சூடாகும் அதன் இடமும்
வீடாகும்

கொஞ்சி தழுவிக்கொள்ளும் அழகைக்கண்டு அந்தி பொழுது கூட அடைக்கலம் தரும்

பிறகு தன் குஞ்சுகளுடன் வெற்றியில்லா விளையாட்டு

பாசத்திற்கு இங்கு பாகுபாடும் இல்லை எல்லைகளும் இல்லை

அதன் உழைப்பின் வெற்றிக்கு வெற்றிடம் இல்லை என் நாட்களிலும் என்றென்றும் ....

பனிக்கால பறவையுடன்

பெண்ணின் கர்வ மொழி அழகில் நானும்

* * *

கலையே கலைமகளே""

கருநிற கூந்தலே குறுநில காந்தலே""
கண்ணே கலையே பிற நிலவே ஒளிவட்ட உறவே""

நடையே நாடகத்தின் திரையே கண்ணமே ஆண்களின்
வருங்காலமே கிண்ணமே""

பூவே வாடையே வாசத்தின் மேடையே
பெண்ணே பெருமையே நாட்டின் உரிமையே""

நீயே முதலே உலகின் தலையே
அன்பே அற்புதமே ஆணவமே அடங்காமையே""

ஈர்ப்பே புவியின் சார்பே பலமே பலவீனமே பாசத்தின்
இனமே""

உணவே உயிரே இரவே இயல்பே பெருமையே
இரக்கத்தின் சிறுமையே""

பேயே நீயே பெருமையே
மனமே மனநிலையின் கணமே""

அச்சமே உச்சமே அடங்காமையின் சின்னமே"

பார்வையே பழரசமே!! பனிவிழும் நவரசமே!!

உறவே உறக்கத்தின் கனவே""
காதலே வருங்கால மோதலே""

கவியே உன்னை கொஞ்சிய என் மதியே!!!

வனத்தின் ,அழகே மரமே

* * *

குரு நிலமே குட்டி விதையே எம் மனமே வளர்ந்தால் அழகு தளமே""

நிழலே நீயே காற்றே கடவுளே பலமே பல உயிர்களின் இடமே""

பூவே காயே கனியே பழமே பழரச சுவையே""

சுவையே நீயே மருந்தே மருத்துவத்தின் விருந்தே""

கொட்டித் தீர்க்கும் கோடையை அதை ஓட்டி நிற்கும் குடையே""

நெருப்பே எரிகின்ற அடுப்பே பலர் வாழ்க்கையின் பொறுப்பே""

கைவண்ணமே சிற்பக் கலைகளின் சின்னமே
உன்னால் வாழும் மனிதர்களின் வருங்கால எண்ணமே""

மீண்டும் பல விதைகளின் தலையே
வனமே
பல உயிர்களின் வாழ்க்கை கணமே""

அன்னைத் அமுதே அழகுத் தமிழில் உன்னை நானும் கொஞ்சும் மெய்யே நீயே""

என் இலையுதிர்காலம்

* * *

காலத்தின் சூழ்நிலைக்கு ஏற்ப மாற்றங்கள்
மரங்களுக்கும் உண்டு --
அது மனிதர்களுக்கும் உண்டு

காலத்தின் சூழ்நிலைக்கு ஏற்ப--
நம் கஷ்டங்களும் கடமைகளும் மாறிக்கொண்டே தான்
இருக்கும்

ஒரு மரத்தில் இலைகள் அனைத்தும் உதிர்ந்து ஒரு
வெற்றிடம் உண்டாகும்--
சில நாட்களில்

அதுபோல் மனிதர்களின் வாழ்விலும் சில காலங்கள்
மிகப் பெரிய அல்லது சிறிய வெற்றிடம் உண்டாகும்

இலை உதிர்ந்ததால் அம்மரம் அதற்காக கவலை
கொள்வதில்லை

ஆனால் மனிதர்களாகிய நாம் அனுதினமும் கவலை
கொள்வோம்

நாம் பயணிக்கும் அனைத்து காலங்களிலும் இது ஒரு
தொடர் கதையே ஒவ்வொரு மனிதனின் வாழ்விலும்

மரம் -- மீண்டும் அம்மரம் புத்துயிர் பெறும் அனைத்தும்
அனைவருக்கும் அடைக்கலம் தரும்

அதுபோல் நம் வாழ்வும் ஒருநாள் புத்துயிர் பெறும் --
அப்பொழுது நாம் அனைவருக்கும் அனைத்திற்கும்
அடைக்கலமாக விளங்குவோம்

நம் வாழ்வும் ஒரு நாள் மலரும் இது காலத்தின் ஒரு
சுழற்சி முறையே

அம்மரத்தை அன்று அனைவரும் வெறுப்பு விருப்புடன் பார்த்தது போல் நம் வாழ்விலும் உண்டாகும் சில காலம் ..

ஆனால் கலங்காமல் அம்மரம் போல் அந்நாட்களில் கம்பீரமாக நிற்க வேண்டும் நம் வாழ்வு மலரும் என்று

கடமைகளும் கஷ்டங்களும் கண் இமைகளில் வைத்து கண்கலங்காமல் கடந்துசெல்ல கற்றுக்கொள்ள வேண்டும்

முடிவு இல்லாமல் போனாலும் முயற்சி இல்லாமல் போகக் கூடாது
இக்காலகட்டங்களில்

சில காலங்களில் சில உயிர் --- உதிரங்களுடன்

தமிழ்நாட்டில் நீதி கேட்டு–கெட்டு

• • •

தமிழ்நாட்டில் நீதி கேட்டு கெட்டு இன்றைய நிலைமை

உலகத்தின் முதலே பல உயிர்களின் குரலே

பெரும் ஞானிகளின் இருப்பிடமே பல பாவிகளின் பிறப்பிடமே

வாழ்வுக்கு வளம் தந்த வளநாடு பல உயிருக்கும் பொன்னாடு

போர்க்களம் கண்ட வீரன் நாடு போட்டி போட்ட புன்நாடு

பெண் ஆண்ட பெருமையும் மண் கண்ட வளமையும்

வீரத்தின் விளை நிலமே இன்று நிலைக்காத மக்கள் மனமே

தகுதியில்லாத தத்துவமே உனக்கு இருக்கா உடல் பலமே

தத்துவ தளமே இன்று தரங்கெட்ட நிலமே

தமிழ்நாட்டில் நீதி கேட்டு !!!

நீதிக்கும் நேரமில்லை அதை தாங்க நெஞ்சமில்லை

காற்றையும் களவாடும் கூட்டம் ஒன்று போடுது கோஷம் ஒன்று

நாட்டையும் நாசமாக்கும் நாயகர்கள்

வழக்காடும் கோர்ட்டுக்கு அங்கு நீதி கிடைப்பது புது நோட்டுக்கு

படிப்புக்கு எதுக்குடா பணம் திறமை இருக்கடா எங்களிடம்

ஜாதிகள் இல்லையடி பாப்பா இங்கு ஜாதி தானடி சிலருக்கு புது சோபா

பஞ்சம் எனும் தவிக்கும் தமிழகமே நஞ்சு எனும் நாற்காலியும் நாடகம் போடுது

தூய துள்ளல் குரல்கள் குறுகி விட்டது குடிகெடுக்கும் குரல் ஓங்கி விட்டது

நடமாடும் நாயகர்கள் நாசமாக்கும் பிற தூதர்கள்

கஞ்சி விளைந்த நாட்டில் நஞ்சு விலையுது

துட்டுக்கு ஊரும் வட்டி சோரும் வளத்தை விற்று வீரநடை போடுது

ஏறு பிடித்த இடம் எல்லாம் எறுவாகிவிட்டது

உழைத்த உழவன் எல்லாம் உரமாகிவிட்டான்

அரசியல் என்னும் நரன்கள் ஏழைகளின் அங்கங்களை அடிக்கும் அரண்கள்

பிச்சை எனும் ஏட்டில் ரோடு கட்சி எனும் பாட்டில் நாடு

பொங்குது பொங்குது வளம் பொறுக்கிகள் இருக்கும் நிலம்

கேட்பது கேட்பது நீதி கிடைப்பது கிடைப்பது பாதி..நம் தலைவிதி

நீதி விழிகள் நிலை குழைந்து விட்டது பாவிகளின் விழிகள் பறந்துவிட்டது

....

பெண்ணும் ஆணும் பெருமை இங்கு இருப்பது வறுமை

விளைச்சல் கண்ட மனமே விலைக்கு வாங்கும் இனமே

பெண்ணுக்கும் இல்லை பாதுகாப்பு பிறகு எதற்கு சிறை காப்பு...

ஆணுக்கும் இல்லை ஆளுமை பிறகு எதற்கு சிறை மகிமை ...

உழைப்பவன் வீழ்ந்ததும் இல்லை உழைக்காதவன் வாழ்ந்ததும் இல்லை

நீதி ஒன்றும் மறையும் நிம்மதி ஒன்று குறையும்

வருங்காலம் என்ன போடா வாழ்க்கை இல்லை வாடா

இந்நாட்டின் இன்றைய புரட்சிகரமான விழுதுகள் ....

குற்றம் ஊழல் லஞ்சம் வஞ்சகம் பதவி ஆசை கொலை கொள்ளை கற்பழிப்பு ஆணவம் உண்மை மறைப்பு ஏமாற்றம் சோகம் உயிர் நீத்தல்என்றும்

போராட்டமே எங்கள் போர் கடல்

என் வரிகளுக்கு வலிமை உண்டு--- உங்களுக்கு இருக்கா திறமை ஒன்று

நீதி கேட்டு கெட்டு

நிலாவின் நிழலில் நாம்......

* * *

நிலாவின் நிறைக்கு ஈடு இல்லை அதன் அழகும்
அற்புதமும் ஒரு காலத்திலும் மாறாது

அது போல் நம் காதலும் காலம் கடந்தாலும் அன்பு
என்ற அற்புதத்தில் ஒருபோதும் மாறாது

நிலாவின் நிழறிற்க்கும் நம் நிலத்திற்கும் வித்தியாசம்
ஒன்றுதான் ..அற்புதம்

அதுபோல் நம் அன்பு நிலாவை போல் அகிலம் கடந்தது

நிலாவின் தூக்கத்திற்கும் நம் கண்களில் தூக்கத்திற்கும்
ஒரு வித்தியாசம்தான்----
வெளிச்சம் வரும்வரை 😌

நிலாவின் அழகின் ஆழத்தை அகிலம் ஆராயும் -----
நம் அன்பின் ஆழத்தை அகிலம் அறிய நாம்
ஆராய்வோம் ...

நிலவின் ஒளியில் நாம் குருடர்கள் --- நம் வாழ்வில் நிலா
பெரும் சுடர்கள்

நிலாவின் தூக்கத்தை துன்புறுத்த நாம் நிலாவில் தூளி
கட்டி ஆடுவோம் அந்நிலாவும் நிழல்தரும்

பிறையின் பித்தர்களாக நாம் பூமியில் பிறை ஒளி போல்
பிரகாசிப்போம் வருங்காலங்களில்

நீருக்கும் நிலவுக்கும் ஒரு வித்தியாசம்தான் ஒளிவடிவம்
--- அதுபோல் நம்காதலுக்கும் உயிர் வடிவம் என்ற
ஒன்றுதான் உண்டு

நிலாவின் நிறம் மாறாது நம் காதலின் நிலை என்றும்
மாறாது ...நிலாவின் ஒளி நீளம் தூரமாக இருந்தாலும்
ஆனால் ஒளி ஒன்றுதான்
......அதுபோல்......
நம் காதலும் கண்டங்கள் காலங்கள் கடந்தாலும்
வருங்காலங்களில் ஒன்றுதான்....

நிலவுடன் நீங்க உறவுடன்

என்றென்றும் !!!

மனிதன் வாழ்வில் சிரிப்பு ஒரு சிறப்பு

* * *

மனிதா
சிரிக்கா மந்திரமே
சிரிக்கும் சித்திரமே ..

ஒரு மனிதன் இந்தப் பிரபஞ்சத்தை அடையும்போது பெற்றோர்களுக்கு தரும் முதல் பரிசு சிரிப்பு

கவலைகளும் தோற்றுப்போகும் காற்றும் தூற்றி போகும்

முத்தமிடும் தாய் தந்தையின் சத்தமில்லா சிரிப்பு

உன் முகத்தை ஊர் கண்டு சிரிக்க தாய் தந்தை ஒரு பொன்

நீ நடக்கும் தோரணம் நடனம் எல்லா சிரிப்பு

நீ பேசும் மழலை தரணியெங்கும் சிரிப்பு

உடன்பிறந்தவர்களின் உள்ளமெல்லாம் நிலைத்து நிற்கும் பழமை சிரிப்பு

உறவினர்களின் உன்னத சிரிப்பு

தாத்தா பாட்டிகளின் தங்கமான வாரிசுக்கான பொன்சிரிப்பு

பிறகு மழலைப் பருவத்தின் மாற்றத்தைத் தரும் பொழுது சிக்கனமான சிரிப்பு

வளர வளர வளமான வண்ண சிரிப்பு

பள்ளியில் நண்பர்களுடன் பழக்கம் இல்லா சிரிப்பு

நண்பர்களுடன் ஊர் சுற்றும் உல்லாச சிரிப்பு

போட்டிபோட்டு வெற்றியிலும் சிரிப்பு
வெட்கத்திலும் சிரிப்பு

விளையாட்டிலும் சிரிப்பு வீரத்திலும் சிரிப்பு

வெற்றியிலும் சிரிப்பு தோல்வியிலும் சிரிப்பு

கல்லூரியில் கனவிலும் சிரிப்பு காதலியால் கனவிலும் சிரிப்பு கனவும் சிரிப்பு

ஆசிரியர்களின் அடக்கமான ஆளுமைக்கான சிரிப்பு

உன் ஆளுமையை அர்ப்பணிக்கும் அளவில்லா சிரிப்பு

வயது கண்டு வளமான சிரிப்பு

இந்த காலகட்ட வயதில் சிரிப்பு என்பது சிதைந்து போகிறது அவன் அவள் அந்த சிரிப்பை பெற தன் உழைப்பையும் முயற்சியும் தரவேண்டும் சிரிக்க

அவர்கள் வெற்றி பெற்று விட்டால் உலகம் அறியும் சிரிப்பு

தாய் தந்தையின் கனவை நனவாக்கிய
நாட்டிய சிரிப்பு

திருமணத்தை கண்டு திகைப்பூட்டும் சிரிப்பு

மீண்டும் பிள்ளைகளின் பேரின்ப சிரிப்பு

சிந்தனையில் செயலாற்றிய தன்னலமற்ற சிரிப்பு

முதுமைப் பருவத்தில் தனிமையிலும் சிரிப்பு

நினைவுகளை அசைபோடும் துயரம் இல்லா சிரிப்பு

உள்ளம் உருகி உதவி செய்யத இந்த உழைப்பின்
உன்னத சிரிப்பு

சமூகத்தில் சாதித்த தன்னலமற்ற சிரிப்பு
வேறுபாடில்லாமல் பழகிய உன்னத சிரிப்பு

மரணத்தைக் கண்டு மனமெல்லாம் சிரிப்பு மறு
நொடியும் சிரிப்பு

காலத்தைக் கடந்த கனவிலும் -- கனவும் சிரிப்பு

சிரிப்பு ஒரு சிறந்த மருத்துவம் மனிதன் வாழ்வில்

சிரிக்க பழகுங்கள் சிந்திக்க சிறகை விரியுங்கள்

சிரிப்புடன் உங்களுடன் நானும்

என் தமிழுக்கு தாலாட்டு

• • •

மொழியின் முதலே உலக தமிழே அழியாச்சுடரே
அற்புத தமிழே..

தேன் சுடரே செம்மொழியே செவி விருந்தே உடல்
மருந்தே தெவிட்டாத திமிரே தமிழெனும் கரும்பே ...

கலாச்சாரமே கலை தந்த மலை சாரமே பண்பாடே
பகுத்தறிவே..

முதல் மொழியே மூத்த தமிழிலே உலகமறிந்த
உடன்பிறப்பே

அமுதகானமே அற்புத கணமே அகிலமே அங்கமே
அற்புதமே ஆணவமே

மூத்த குடிஇனமே மூத்த மொழி இனமே

முதலே முத்தே மொழியே மூத்தகுடி யே மண்ணே
தமிழ் மண்ணின் எழுத்தே என்னே பிழையே

பிறப்பே தமிழே காதலே கலையே காற்றே சங்க தமிழே

உணரவே உணர்ச்சியே வாழ்க்கையே போராட்டமே

போர்க்களமே அரசே அரசனின் கலையே கலையின்
தத்துவமே மொழியின் புதுமையே வெற்றி கண்ட
பெருமையே

கண்ணே கருந்தமிழே காற்றே கடமையே நீயே முதலே

புலமையே புலவனே இந்நூலின் வளமே
திகைப்பூட்டும் பலமே

அறிவே ஆருயிரே அருந்தமிழே அறுசுவையே
தெவிட்டா உலகத்தின் விருந்தே

முத்தே முக்கடலே உலகத்தின் முதலே செந்தமிழே
தெவிட்டா திமிரே

பஞ்சபூதங்களின் பிறப்பிடமே குருக்களின்
இருப்பிடமே

உலகத்தின் முதலே உறவே ஒற்றுமைக்கு நீ முதலே
மொழியே நீ பழமையின் தனியே

என் அழியா தமிழிலே

விபத்துக்கு நாமும் நேரமும் அடிமை

* * *

எதிர்பாராத நம் நேரங்கள் நம்மை தழுவிய கரங்கள்
அழவைத்த நொடிகள்
என் ரத்தத்தால் வரிகள் ஆகின

மனிதா! நம் பிறப்பு ஒரு பொக்கிஷமாகும்

மனிதா! நம் வளர்ச்சி ஒரு தொடர்கதையாகும்

மனிதா! நம் வாழ்க்கை ஒரு பாடமாகும்

மனிதா! நம் உணர்வு ஒரு வேடிக்கையாகும்

மனிதா! வாழ்க்கையில் நாம் சந்தித்த சில துயரங்களும்
துன்பங்களும் நொடிகளும் நேரங்களும் நம் தலைக்கு
தலைமுறையாகும்

ஆம்

ஒவ்வொரு மனிதன் வாழ்விலும் பிறப்பு ஒரு விபத்தே?

நேரம் என்ற செயல் எல்லோர் வாழ்க்கையிலும் சில
நாட்களில் விளையாடும் பல நாட்கள் பலர்
வாழ்க்கையிலும் விளையாடும்

விபத்தில்
உயிரைக் காக்க உதவ அந்நொடி உறவுகள்
வருவதில்லை

வேடிக்கை பார்க்க வெள்ளம் போல் கூட்டம்
திரண்டாலும் உயிரைக் காக்க கற்கண்டு போல் ஒரு
சிலரே கடவுளாக அந் நொடிகளில்

உதவி என்ற சொல்லுக்கு கூட அன்னையின் அன்பு
அன்று அகிலத்தையும் வெல்லும்

பிறகு சொந்தங்கள் சொற்பொழிவாற்றும் நண்பர்களின்
நடிப்பும் தெரியும் ஊரார்களின் மோதலும் தெரியும்
தெரியாதவர்களின் நேசம் மட்டுமே அன்று புரியும்

ஆண்டவன் ஆதியில் ஆட்டம் நாம் விபத்து பாதையில்
ஓட்டம்

உயிரே நாம் என்று தாய் தந்தையின் தன்னலமற்ற செயல்
அவர்களை அடமானம் வைக்கும் காலம் அது

உடலால் பட்ட வழிகள் அன்று மனதால் மத்தாப்பூ
போல் சிரிக்கும் அந்த விபத்தினால்

விறகை விற்றாலும் விற்பனையாகது சொத்தை
விற்றாலும் சோகம் தீராது உயிரை காப்பாற்ற அந்நேரம்
தாய் தந்தையின் கண்ணீர் கடலை நீரை விட
அதிகமானது

விலை கொடுத்து முன்கூட்டியே வாங்க முடியாத ஒன்று
நம் நேரங்களில் நடைபெறும் விபத்துக்கள் ஒன்றே""""""

அவச்சொல் அனைவராலும் ஊரார்களின் உக் குறளாகும்
என்றும்

விபத்து ஒரு எதிர் பார்க்காத என்னம்
இது நம் நேரங்களில் பல வண்ணம்.?...

விபத்துக்கு நானும் அடிமை

போராட்டமே வாழ்க்கை

* * *

நிலையில்லாத வாழ்க்கையில் வழக்குகள் அதிகம்

நீதிக்கும் நிதி கேட்கும் உலகம்

போராட்டம் புதிதல்ல போராடுவது தினம்தினம் புதிதாகிறது

தோல்விகளை கண்டாலும் தோழமைகள் கூட்டம் அதிகமாகும்

நோய் ஒன்று புகுந்த மனம் மண்பட்டு புதையும் தினம்

இறப்பது என்றோ எங்கள் உரிமை நிலைப்பது இன்றோ

போராடும் கூட்டம் ஒன்று வேறு போட்டி போடும் கோஷம் ஒன்று

வலி ஒன்று உடலைக் கண்டு நடுங்குவதுமில்லை
வருங்கால வாழ்க்கையை ஓடுவதும் இல்லை

உதவிட உலகம் இல்லை உயிருக்கு நல்ல கழகமில்லை

மக்கள் இன்று வாடுது மானம் ஒன்று ஓடுது

உணவு இல்லா ஊரு உண்டு போராடும் பல பேரும் உண்டு

உண்மை கொண்டு வாழ்பவன் குருதி கொட்டி இங்கு வீழ்பவன்

உரிமைக்காக போராடுவது உயிரை பிடித்து நாம் வாழ்வது

நீதிக்கு நெஞ்சம் இல்லை கொடுமைக்கும் கொஞ்சம் இல்லை

போராட்டத்துக்கும் விலை கேட்கும் நாடு அங்கு
வாழ்வது பல பேரு அது
கொடுமைகளின் வீடு

""போராடி போராடி புதைந்தவர்களே அதிகம்
........""மீண்டும் துளிரும் புரட்சியாளர்களின் கழகம்

தீக்கிரையாகி போராடுகிறோம் கானல் நீராய் நாம் வாழ்கிறோம்

புரட்சி ஒன்றே"" புதுமையானது.. வருங்காலத்தில்?
பெருமையானது.

சுதந்திர INஇந்தியாவில் சுதந்திரம்

* * *

இன்றைய சுதந்திர இந்தியாவில்

நாடு ஒன்று ஆனது ஆனால் நடமாட முடியவில்லை

சுதந்திரம் ஒன்று கிடைத்தது ஆனால் மக்களுக்கு இல்லை

போராடிய பல வேந்தர்கள் ஆனால் பேர் இல்லாத இன்றைய மைந்தர்கள்

ஆட்சி ஒன்று அமைந்தது ஆனால் அறம் கெட்டு நடந்தது

உரிமை ஒன்று கிடைத்தது ஆனால் ஏழைகளுக்கு இல்லை

சமத்துவம் ஒன்று பெற்றது ஆனால் சமத்துவமின்மை இல்லை

நீதி ஒன்று எழுதப்பட்டது ஆனால் நிம்மதி இல்லை

போராடு வென்றான் ஆனால் வீணாக மண்ணுக்கு சென்றான்

குருதி இங்கு ஓடியது ஆனால் பல குலம் இங்கு தாவியது

பகுத்தறிவு இங்கு வளர்ந்தது ஆனால் பாகுபாடு நீண்டு பறந்தது

வீரம் கண்ட நாடு ஆனால் இன்று வீழ்ந்து விலை போகும் சுடுகாடு

நீதிக்கு நெஞ்சம் இல்லை ஆனால் கொடுமைகள்
கொடுப்பது கொஞ்சம் இல்லை

புலவனும் புதைந்துவிட்டான் ஆனால் அவன் புகழ்
இல்லை இங்கு

அறிஞனும் அழிந்துவிட்டான் ஆனால் அவன் அறிவு
இங்கு பலர் அறியவில்லை

சாதிகளின் சாத்தான் ஆனால் மக்களின் உயிரை அருத்து
கொன்றான்

கல்வி எனும் கட்டளை ஆனால் இங்கு இருப்பது பல
பிழை

உரமாக உழைத்தான் ஆனால் உயிர்நீத்து நின்றான்

கடமை ஒன்று அமைந்தது ஆனால் களவாடி சென்றது

பணம் இங்கு வந்தது ஆனால் பகை ஒன்று நின்றது

ஒன்றென கூறும் ஊரு ஆனால் பிரித்து வைப்பது
பலபேறு

நாட்டில் நடப்பது கூட்டு ஆனால்
பலர் கேட்பது இங்கு ஓட்டு

பொருளுக்கு விலை வைப்பான் ஆனால் பலர்
வயிற்றுக்கும் தீ.தீ வைப்பான்

நடிகர்கள் இங்கு அதிகம் ஆனால் நடப்பதெல்லாம்
அவர்களுக்கு நல்ல லாபம்

லஞ்சம் எனும் கூற்று ஆனால் பரவிக் கிடப்பது புது
நோட்டு

பறவைகளும் படும் பாடு அது பாவிகளின் புது-
(விஞ்ஞான)- பாடு

உணவில்லா ஊரு ஆனால் இங்கு உயிருக்கு போராடும் பலபேரு

பெண்ணுக்கும் நீதி இல்லை இங்கு ஆணுக்கும் நாதியில்லை

பாதுகாப்பு என்ற பாடம் இங்கு கனவில் மட்டுமே வந்து ஓடும்

காதல் ஒன்று மலர்ந்தது ஆனால் பலர் உயிர் போய் கல்லறையில் மறைந்தது

காலம் கண்ட காவியம் ஆனால் கலைந்து காணாமல் போன பல ஓவியம்

வாழ்க்கை ஒன்று அமைந்தது ஆனால் வாழ இங்கு வழி கெட்டு நின்றது

ஊர் சுற்ற சுதந்திரம் இல்லை ஆனால் அது நிரந்தரம் இல்லை யாருக்கும்

நாடு எனும் ஏட்டில் அதை நம்பி ஓடுவது பலர் நடு ரோட்டில்

நடப்பது எல்லாம் சில காலமே எதுவும் நிரந்தரமில்லை இப்பூமியில் ....?????

மிருகங்களின் கோட்பாடு :: சாதி

• • •

மனிதப் பிறப்பில் மாற்றங்களும் சில அதில் சாதிகளும் பல //

வாழ்விலும் சாதி வாழ்க்கையிலும் சாதி

இயற்கையிலும் சாதி இறப்பதிலும் சாதி

வளர்ச்சியிலும் சாதி வழக்கங்களிலும் சாதி

சாதிப்பதிலும் சாதி சண்டையிலும் சாதி

சந்திலும் சாதி சமத்துவத்திலும் சாதி

கடவுள்களிலும் சாதி கலைகளிலும் சாதி

கல்வியிலும் சாதி கலாச்சாரத்திலும் சாதி

பாசத்திலும் சாதி பகையிலும் சாதி

உழைப்பிலும் சாதி உயர்விலும் சாதி

நீரிலும் சாதி நிலத்திலும் சாதி

வீதியிலும் சாதி வீட்டிலும் சாதி

வளர்ச்சியிலும் சாதி வீழ்ச்சியிலும் சாதி

காதலிலும் சாதி கழுத்தை அறுப்பதிலும் சாதி

இந்த மனித மிருகத் தன்மையுடைய முட்டாள் இனமும்
மூடர்களின் பீடமும்
மேற்கொள்வதிலும் சாதி
?புரிந்து கொள் அறிந்து கொள் மனிதா...

சமம் என்னும் மீதி இதை உணராவிட்டால் உன்
தலைவிதி

உன் புத்திக்கு ஏறவேண்டும் மதி
இல்லையென்றால் நடு வீதி

பிறகு இறப்பு என்னும் நாளைய தேதி
நீ என்ன செய்ய போற மீதி
இதில் எங்கு கொண்டு போற உன் சாதி
நீ கூறடா பாவி.........

சாதிகள் இல்லையடா
சாத்தான்களே....
சமத்துவம் ஒன்றே பகுத்தறிவாளன் வைத்தார்களே ....

முதலாளி

* * *

இந்த வாழ்க்கையில் வரம்புகளும் வழக்குகளும் அதிகம்

இங்கு முன்னுரிமை என்பது முட்டாள் தனமே

உழைப்பவனுக்கு தெரியும் உழைப்பின் அருமை

படிப்பவனுக்கு தெரியும் படிப்பின் அருமை

முயற்சிபவனுக்கு தெரியும் வெற்றியின் அருமை

வேலை இல்லாதவனுக்கு வாழ்க்கையில் வறுமை

இந்த வாழ்க்கையில் வாழ்பவனுக்கு வாழ்க்கையே
வெறுமை

இதில் பிச்சை எடுப்பவனுக்கு தெரியும் உணவின்
வறுமை

நாட்டிலிருந்தும் வறுமை இல்லாமலும் வறுமை இவை
இருந்தாலும் எது சிலருக்கு பெருமை

?.. இரக்கமற்ற உலகம் இதில் என்ன புது கழகம்
இருப்பது பலர் வறுமையின் திலகம்

ஆனால்
இதில் ஒன்றிலும் ஈடுபடாத சிலர் பலர் இன்று முதலாளி

ஊராரின் உன்னதம்

* * *

நன்றி கெட்ட ஊருடா நன்றி மதிப்பது இங்கு யாருடா!

அறம் கெட்ட பல பேருடா நாயம் எங்கே கூறடா!

உறவு இருக்கும் பாருடா உதரி போகும் பலபேரு டா!

வேடிக்கை இருக்கும் பாரடா வெறுத்து ஒதுக்கும் ஊரடா!

மக்கள் இங்கு அதிகம்டா மதிகெட்டு பார்க்கும் டா!

பேச்சி இங்கு அதிகம்டா பெருமை பேசும் ஊரடா!

உதவி செய்து பாரடா உதைத்துத் தள்ளும் ஊரடா!

சொத்து சொல்லும் பேருடா சோற்றில் வைக்கும் நஞ்சு டா!

நட்பு என்னும் சொல்லடா நடுரோட்டில் நில்லடா!

ஊர் பாடும் பாட்டு டா உனக்கு வைக்கும் வேட்டு டா!

பணம் இருந்தால் பழகும் ஊருடா பாதியில் நிறுத்தி செல்லும் பல பேருடா!

ஏழையை ஒதுக்கும் ஊரடா எழுதி வைப்பது யாருடா!

காலம் கடக்கும் பாருடா கடந்து செல்வது யார டா!

உன்னை ஒதுக்கும் .ஊரடா ஒருநாள் பெருமை பேசும் பாரடா!

மதிகெட்ட ஊருடா மதி கொண்டு நீ வாழ டா""!!!!

யாரை நம்பி நீயடா உன் உழைப்பு இங்கு உனக்கு மெய்யடா""!!!

ஊரார்களின் ஊதல் பலவிதம்

கடவுளின் படைப்பு
மனிதனின் நடப்பு

• • •

கடவுள் கூட்டினான் இரு சாதி

அதை மனிதன் பெருக்கினான் பல மத சாதி

இதை உலகத்தில் வகுத்தான் பல மத இன சாதி

விலங்குகளுக்கு கூட அந்தறிவு இருந்தாலும் அதன் ஒற்றுமை ஓரளவு

ஆனால் நமக்கு ஏன் தெரியவில்லை இதெல்லாம் தவறு என்று!!!

ஆம்

சிந்தித்துப்பார் மனிதப் பிறப்பு என்பது
இறப்பிகிவிட்டது ஆனால் சாதி என்பது
நிலையாகிவிட்டது

ஏன்? எதற்கு ?யார்? எதனால்?சிந்தித்துப் பார்!!!
""""சில நிமிடம் நம் முன்னோர்கள் செய்த இந்த
முட்டாள்தனம் இன்று நாடெங்கும் பரவி விட்டது ...

இங்கு மதத்திற்கும் சாதிக்கும் மரியாதை உண்டு ஆனால் ஒரு மனிதனுக்கு என்ன உண்டு

பிறகு கடவுள் அனைத்தையும் கழித்து விட்டால்
""இறப்பு என்னும் மீதி இங்கு அனைவருக்கும் சமம்
எனும் நீதி"""

ஆம்
சாதி என்ற கொள்கையில் தீயிட்டு .....நாம் சமம் என்ற
மெயில் கையிட்டு ஒன்றென வாழ்வோம்"!!

சிந்தித்துப்பார் சிந்தனையின் சிறகுகளே சில நிமிடம்

மழை

• • •

மண்ணுலகம் உன்னை கண்டு மலர்ந்து நிற்கும் மனித
குலமும் அதை கண்டு வளர்ந்து நிற்கும்

விண்ணுலகத்தை கிழித்துக்கொண்டு விழும் மழை நீர்
அது உயிர் நீர்

மின்னலைக் கண்டு மிரள இடியை கண்டு கதற
மழையைக் கண்டு மனம் மலர!

பூமியின் முகத்தை பூத்துக் குலுங்க வைக்கும்
மழலை குழந்தையின் முகத்தையும் மலர வைக்கும்

ஆலங்கட்டியை கண்டு அலரும் அதை தின்று உளறும்

சின்ன சின்ன விளையாட்டு சிறுவர்களின் உயிர் பாட்டு
நண்பர்களின் நையாண்டித்தனம் சேற்றில் புரண்டு
விளையாடும் மாயாண்டி குணம்

சின்ன சின்ன விளையாட்டு சிறுதண்ணி தாலாட்டு
வயலும் வளர்ந்து நிற்கும் வரப்பும் உயர்ந்து நிற்கும்

அன்னை அடிக்கும் அடி கூட வலிக்காது மழை நீர்
தழுவி செல்லும்

அடைமழையில் அன்னையின் ஆகாரம் அமிர்தமாகும்
அன்பும் அகிலமாகும்

தந்தையின் மிரட்டல் மீண்டும் மலையில் துள்ளி குதிக்க
வைக்கும்

காய்ச்சலை கண்டு கண்கள் கலங்கும் ஊசியைக் கண்டு
உதைத்து தள்ளும்

ஆனால் மீண்டும் நனைய தோன்றும்

தூரத்து ஊரில் மழையோ என் ஊரில் மண் சுவையோ
ஒரு துளி கண்டு மறு துளியில் நனைவோம் நயம்பட
மகிழ்ச்சி அடைவோம்

கொட்டி தீர்க்கும் மழை அதில் நனைந்து கொண்டாடும்
எங்கள் நிலை

ஜன்னல் ஓரம் சாரல் தூறும் சிறுவர்களின் கப்பலும்
உருவாகும் அது மூழ்கி போகும் அபாயமும் உருவாகும்

சிற்றெறும்பை போல் உறைந்து போய் ரசிப்போம்

சிறுதுளி பெருவெள்ளம் அதில் மக்கள் அனைவரும்
அலைமோதி விளையாடும் எங்கள் நேரம்

எந்தப் பருவமும் எட்டி பார்க்கும் அதில் துள்ளித் தழுவி
தாழம்போடும்

மழை நின்ற தருணம் மனமும் நின்றுவிடும் மீண்டும்
எதிர்பார்த்து

முதல் நீரில் மூச்சு அடைத்தேன் மூழ்கும் நேரில் மூச்சு
விட்டேன்

நாமும் மழையில் நனைந்த தருணம் அது

கிராமத்து சந்தை

* * *

அழகிய கிராமங்களின் அங்கம்?சந்தைகளின் சங்கம்

ஐ நிலத்தவர் மாற்றிக் கொள்ளும் பொருள் தங்கம்

மாட்டு வண்டிகளின் பூட்டும் பெரியவர்களின் பாட்டும்

வாரம் ஒரு முறை ஊரும் அறியும் முறை உறவும் கூடும் முறை

இது காய்கறிகளின் தோட்டம் ஊரார்களின் பொதுக்கூட்டம்

ஏலம் விடும் கூட்டம் போட்டி போடும் மக்கள் குரல் நாட்டம்

விதவிதமான பொருளும் உண்டு விட்ற பொருட்களுக்கான லாபமும் உண்டு

தேன் முதல் தேயிலை வரை
காய் முதல் கனி வரை
கடலை முதல் கருவாடு வரை
உபரி முதல் உப்பு வரை
முத்து முதல் முக்கடல் வரை இன்னும்
ஏராளம் ஏராளம் இங்கு தாராளம் தாராளம்

சுட்டித்தனம் அது சிறுவர்களின் கெட்டித்தனம்
சிறுவர்களின் சத்தம் இல்லாத திருட்டு பெரியோர்களின் மிரட்டு மிரள வைக்கும்

அடம்பிடிக்கும் வாண்டுகளை அரவணைக்கும் தாய் தந்தை
சந்தைக்கு செல்லும் தாத்தா சண்டியரே சந்தனத்தையும் ஈட்டி வருவார்

பாட்டிகள் பாடும் பாட்டு சாதத்தையும் விற்று விடும்

வண்டி கட்டி போகும் சந்தையும் உண்டு வர்த்தக தூளி கட்டி ஆடும் சந்தையும் உண்டு

இங்கு பெரிய திருட்டு

வீடு திரும்பும் போது விற்ற பணத்தை விரலால் விளையாடும் கூட்டமும் உண்டு ஒன்று

பறிப்போய் பலரும் உண்டு
அது சின்ன சின்ன திருட்டு சத்தமில்லா அரட்டு

அங்கு அறிமுகம் இல்லாத ஆட்களும் யாராலும் ஊரும் தாராளம்

திருவிழா வேடிக்கையை விட சந்தை வேடிக்கை சிரிப்பு அது தனி சிறப்பு

வளர்ச்சி மாறினாலும் வறுமை மாறவில்லை நானும் கூட்டத்தில் ஒருவன் ....

ஊரும் பேரும்

* * *

விஞ்ஞானத்தையும் வியக்க வைக்கும் மர்மமும் உண்டு மரணமும் உண்டு

உலகத்தில் ஐ நிலத்தையும் ஆண்டு அற்புதம் படைத்த அழகும் உண்டு அதன் அழிவும் உண்டு இன்றைய மனித பிறப்பின் அடையாளமே ஊரும் பேரும்

ஒவ்வொரு ஊருக்கும் அழகும் உண்டு அதன் வரலாறு உண்டு

நாட்டையும் நடுங்க வைத்த வரலாறு உண்டு நிறைய போராளியும் உண்டு சென்ற இடமெல்லாம் ஊரும் அதன் பேரும் நிலை நாட்டிய நாடும் உண்டு

விதவிதமான உயிரினமும் உண்டு அதன் மர்ம வரலாறும் உண்டு மனிதனும் உண்டு

பல விடையறியா மர்மமும் அதன் விடையைத் தேடி மனிதன் தினமும்

ஒவ்வொரு ஊருக்கும் வரலாறு உண்டு அங்கு வாழ்ந்த மக்களின் பண்பாடும் உண்டு

பயணங்கள் பலவிதம் அதைக் காண்பது நம் மனம் அறிந்தும் தெரிந்தும் கொள்வது தினம் தினம்

பயணங்கள் நம் வாழ்வில் ஒரு பகுதி காணாத புதுப்புது ஊரும் பேரும் இங்கு பெரும் பகுதியே

மனமும் மண்டியிடும் கலைகளின் கதாபாத்திரங்களும் இயற்கையின் இயல்புகளும் கெடாமல் நம்மை வரவேற்கும்

பல புதிர்களையும் புதுமைகளும் நம் அறிவை ஆராய தூண்டும்

கலைகளின் தத்துவமாகவும் உருவங்களின் ஓவியக் களஞ்சியமாகவும் காட்சியளிக்கிறது ஊரும் பேரும்

நாட்டை வியக்க வைக்கும் ஊரும் உண்டு வரலாற்றைக் கண்டு மிரளும் பலர் பேரும் உண்டு

மர்மங்கள் நிறைந்த மண்ணுலகில் இன்னும் பல மர்மங்கள் நீங்க வில்லை ....ஆனால் அதன் ஊரும் பேரும் நீண்டு கொண்டே இருக்கிறது

புத்தகம்

• • •

காவியத்தின் கலைமகள் புத்தகம்

ஒருவன் வாழும் வரலாறும் வீரமும் பண்பாடும்
வாழ்க்கையின் பிறப்பும் இறப்பும் நாகரிக
கோட்பாடுகளும் மொழிகளின் தனித்துவமும் விருந்தும்
மருந்தும் எழுத்தும் எழுதுகோலும் கலைகளும்
காவியங்களும் மற்றும் பல பெரிய மர்மங்களையும்
தழுவி

மனிதர்களால் எழுதப்பட்டு படைக்கப்பட்டு
காவியமாக பிரதிபலிக்கிறது புத்தகம்

அறிவை அறிந்தோனிடமிருந்து அறிவை கற்பவனிடம்
கொண்டு சேர்க்கும் மகாகாவியம்

அறிவை வளர்த்துக் கொள்ள அறிவையும் சிந்திக்க
வைக்க சித்தாந்த மர்மங்களின் மறுபிறவி
எழுதுபவனின் உயிர் துறவி படிப்பில் அவன் மனம்
விரும்பி

சிந்தனைகளை தூண்டும் அறிவைக் கூட்டும்
அனைத்தும் அரிய உதவும் அமிர்தம் புத்தகம்

செங்கோலை போல நேர்மையாக வாழ்க்கையின்
தத்துவத்தை பரிசளிக்கும் பண்பாடும் நாகரையும்
எழுச்சி நிரல் புத்தகம்

அற்புதத்தின் அகல் விளக்கு அறியாமையின் ஒளி
விளக்கு

குறிப்புகளைக் கொண்டு குவித்திருக்கும் கோட்பாடு
கொள்கைகளை வழிகாட்டு எட்டுத்திக்கும் ஒளி தரும்
புத்தகம்

புலவர்களும் சித்தர்களும் ஞானிகளும் அறிஞர்களும்,
கவிஞர்களும் கலைத்தாய் எழுத்தாளர்களும்
அவர்களால் படைக்கப்பட்ட காவியமே புத்தகம்

காலத்தையும் கணித்து உள்ளடக்கியிருக்கும் அற்புதம்
அது மனிதர்களின் வாழ்க்கையின் அறிவுக்களஞ்சியம்
அது புத்தகம்

மாற்றத்தையும் மாறுபாடுகளையும் பொது அறிவையும்
தனக்குள் அமைதியாக வைத்திருக்கும் புத்தகம்

ஒருவன் நல்வழிப்பட கற்பதே மாண்பு புத்தகம்

புத்தகத்தை சுவைக்கும் போது மனித இனம் அறிந்தும்
புரிந்தும் பழமையும் புதுமையும் அறிவை ஆராய
புதிர்களின் புதல்வன்னம் புரிந்தவர்களின் அறிவு
கிண்ணம் புத்தகம்

ஒருவனை நல்வழிப்படுத்துவது கற்பதாலும் அதன்
அடிப்படையில் அவன் ஆராய்ந்து கற்றுக்
கொள்வதாலும் புத்தகம்

கண்டதைப் படிப்பவன் பண்டிதன் ஆவான் என்ற
பழமொழிக்கு பண்டிதர்களையும் பகுப்பாய்வு செய்தது
புத்தகம்

இவ்வுலகில் சில புத்தகங்கள் மர்மம் நீங்காமலே
இன்றளவும் இயல்பு கெடாமல் இருக்கிறது
அதன் விடையாக நீ மாறுவாயாக ....

புத்தக ஓரத்தில் நானும் ஒருவனாக புத்தகம் புதுமை
பெருமை வருங்கால உயிர் மெய் .....

பெரியாரின் வழியில் என் வரிகள் வெள்ளையனும் கொள்ளையனும்

• • •

அன்று முதல் இன்று வரை

வெங்காயம்--- வெள்ளந்தியாகி வெந்து ஏமாந்து போனீர்கள் --- வெள்ளையனை வேடிக்கை பார்த்தீர்கள்

வெங்காயம்--- வெட்டுப்பாறையையும் உடைத்து உருவமாக்கி--- பின்பு வெளியில் நின்று வேடிக்கை பார்த்தீர்கள்

வெங்காயம்--- மலையையும் கல்லையும் உடைத்து கழனி ஆக்கி---அதை நிலமாக்கி அதற்கு நீ கப்பங்கட்டின

வெங்காயம்--- விளைய வைத்த பொருள்களை விற்று--- வெறுங்கையோடு வீட்டையும் எட்டிப் பார்த்த

வெங்காயம்--- விட்டுக்கொடுத்த பின் கேள்வி கேட்ட--- அவன் சுட்டு போட்டு சூறையாடித்தான்

வெங்காயம்--- உரிமை கேட்டு ஊரைக் கூட்டின--- அவன் நிதியை கேட்டு அவன் நாட்டை கட்டினான்

வெங்காயம்--- வேட்டி கட்டி வீரநடை போட்டோம்--- அவனை ஊருக்குள் விட்டு உன்னை வேடிக்கை காட்டி வாழ்ந்தான்

வெங்காயம்--- என்ன அறிவுச் சொல்லி உரையாற்றினாலும் கைதட்டி செல்லுவான் -- நம் குடி

வெங்காயம் --- பொறுத்தது போதும் போராட்டமே நாளும்

வெங்காயம் --- ஒன்றுபட்டு விரட்டி அடித்தோம்

வெங்காயம் ---நம் நாடு சுதந்திரம் பெற்றது நாம சுதந்திரம் தந்தது அவன் உரிமை வெங்காயம்

வெங்காயம்---பிறகு ஆட்சி அமைத்தான் அனைத்தையும் கொள்ளை அடிச்சான்

வெங்காயம்--- காட்டுமிராண்டி கூட்டமே கல்வி எப்போது உன் நாட்டமே

வெங்காயம்--- கல்வி கற்பவன் பெரிய சாதியை அதை வேடிக்கை பார்ப்பவன் சிறிய சாதி

வெங்காயம் ---- இங்கு எதுக்கு டா உனக்கு இந்த கெட்ட நீதி

வெங்காயம்--- அனைவருக்கும் கல்வி தேவை

வெங்காயம் --- இங்கு அனைவரும் சமம் நாம் அதை தினம் தினம் நாம் பாடி போராடுவோம்

வெங்காயம்---நாட்டுக்கொரு மொழி இல்லை ஆனால் ஊருக்கு பல சாதி நிலை

வெங்காயம்--- பகுத்தறிவை நாம் ஆளுவோம் படிச்சவனாக நாடாளுவோம்

வெங்காயம்---ஆளுக்கு ஒரு கட்சி ஆள்வது பரதேசி

வெங்காயம்--- நாட்டில் என்றுமே போராட்டம் அது நம் வாழ்வின் தினம் தினம் பெரும் ஓட்டம்

வெங்காயம்--- அந்நியனை ஆள விடு வாழ விடு பிறகு நீ உயிரை விடு

வெங்காயம் --- உன் நிலையை நீ எடு --- பிறரை விடு

வெங்காயம்---
சிந்தியுங்கள் அதை சிந்தியுங்கள்

வெங்காயம்---இதை படித்தால் கண்ணீர் ருசித்தால் வெந்நீர்

வெங்காயம்.....உரிக்க உரிக்க ஒன்றும் இல்லை
==இதுபோல் ஒழுங்கா வாழவில்லை

வெங்காயம்--- இன்று

திராவிட மாடல் மக்கள் தினம் தினம் தெருவை நாடல்

மூடநம்பிக்கையை விட்டு பகுத்தறிவை பெற்று
கல்விக்கு உன்னை விற்று வாழ வேண்டும் நலம்
பெற்று-- வெங்காயம்

பெரியாரின் பேரன் டா......✍✍

ஈழத்தின் கடைசி குரல்

• • •

வலி.....அன்று

சிரிப்பாயும் சிங்கங்கள் கூட அன்று தெறித்து ஓடியது

வெடித்துச் சிதறும் எரிமலை கூட அன்று மௌனம் காத்தது

கொட்டி தீர்க்கும் மழை கூட கண் மூடி உறங்கியது

அலையும் அசையவில்லை விண்ணும் மண்ணும் மீளவில்லை

வஞ்சகம் நிறைந்த பாதை காலம் கடந்து செல்லும் கண்ணீர் ஆறும்

தஞ்சம் புகுந்த அன்னிய நாட்டு நாய்கள் என் நாடு என்றது

வழிகாட்டிய தலைமுறைகளின் தலையை எடுத்து
பாதை அமைத்தது அந்நிய தலைகள்

உயிர் என்று அறியாமல் உரமாகி போனது
உணர்வு ஒன்று இல்லாமல் உரு குலைந்து ஆனது

வெற்றிடத்திற்கும் வெறும் நிலத்திற்கும் நிலையில்லா உயிர்கள் போட்டி போட்டது

பிஞ்சு என்று பாராமல் நஞ்சு கலந்து மாண்டது

சுட்டெரிக்கும் சூரியன் கூட சூடு போட அலைந்தது

வலம் கண்ட நிலமும் நிலைகுலைந்து போனது வாழ்வு தந்த வனத்திற்கு வழி தேட வைத்தது

வறுமை என்ற கோடு வறுத்தெடுத்தது நாடு

பேர் தெரியாதவனை நிலைநாட்ட பேர் கொண்டவனை கொன்று குவித்தது

நாங்களாக இருந்த நாடு நாளாக படும் பெரும் பாடு

அன்று அடிமை என்ற அடக்குமுறை ராணுவம் சுட்டு விளையாட நீங்கள் சுடுகாட்டில் நாங்கள்

பொறுக்கவில்லை எங்கள் மனம் பிறந்து விட்டான் புது வீரக்களம்

தலைவன் வந்து நின்று

புரட்சி.....தீ....

தீப்பொறி ஒன்று விழுந்தது அன்று திரும்பி அடிக்க வளர்ந்து நின்றது

எங்கள் நிலமே உயிர் களமே

தீந்தமிழ காப்பாற்ற தீப்பொறி வந்தது

தீக்குரல் கலை மகளின் வீரத்தாயின் புலி மகன்...மகன்கன்... மகள்கள் என் உரிமை என் நாடு என்ற கோட்பாடு விதித்தது

என் நாடு உனக்கு என்னடா கேடு..._>> என்ற புலிகளின் தீக்குரல் உலகை அலற விட்டது

அன்று சீண்டிய கோழைகளின் குரல் சற்று பதுங்கி விட்டது

சுட்டெரிக்கும் சூரியனும் உதவினான் எரிமலையும் வெடித்து சிதறினான்

புலிகள் நாடு என்ற போதனைகளை உள்ளடக்கி
சாதனைகளை பறைசாற்ற மனதை உருவாக்கி
இரும்பைப் போல் வடித்துக் கொண்டு பிஞ்சுக்
குழந்தைகள் கூட வேட்டையாட கிளம்பியது

காலம் சாதகமானது சில கர்மங்களும் விலை போனது

ஆனால் எதற்கும் அஞ்சாத ஆளுமை எங்கள் திறமை
போராட்டமே வாழ்க்கை போராட்டம் புலிகளின்
நீரோட்டம்

புலிகளின் பாசறை பறந்து விரிந்தது போராட்டம்
மீண்டும் மீண்டும் வளர்ந்தது

உதவ யாரும் இல்லை அதை நினைத்து நாங்கள்
வருந்தவில்லை

போராடி போராடி புரிந்தவர்களே அதிகம் உயிர் நாடி
உயிர் நாடி குருதியை சிந்தியவர்களை யாராலும்

இது எங்கள் புலிகளின் களம்

எங்கள் உரிமை எங்கள் நாட்டிற்கே எங்கள் மக்களுக்கே
புலிகளின் கோட்பாடே

யுத்த பூமியில் புதைக்கப்பட்ட பல அப்பாவி மக்களின்
உயிர் நிலம்

உலகம் வேடிக்கை பார்த்தது உறவு நாடும் அழிக்க
ஒப்புதல் தந்தது
ஆனால் அஞ்சாத புலிகளின் சத்தம் கடைசி வரை
ஒழித்தது

எங்கள் நாட்டில் உறவு மறந்து வீடு மறந்து நாட்டுக்காக
நாங்கள் எங்களையே அர்ப்பணித்துக் கொண்ட குரல்
காவியம்

நாடு மக்கள் பட்ட பாடு ஆனால் எங்கள் வியர்வைத் துளிகள் கூட எங்களுக்கு உதவி புரிந்தது உள்ளம் தெளிந்தது நாங்கள் சந்திக்கும் தருணம் அஞ்சாத குணம் மற்றவர்களின் கொலை நடுங்க ஒன்றுபட்டது எங்கள் நெஞ்சம் ....

ஈழத்தில் கடைசியாக பிறந்த குழந்தை கூட போராளியாக பிறந்தது

நாங்கள் வீழ்ந்தாலும் எங்கள் வீரமும் விவேகமும் அறிந்திருக்கும்

நாங்கள் வீழ்ந்த நாட்டிலே மீண்டும் முளைத்து கொண்டிருக்கிறோம்

மரங்களாக மரணத்தைக் காட்ட அன்னியனை விரட்ட ......

எங்கள் தாகக் குரல் என்றும் ஓயாது ....

கண்ணீருடன் ஒரு மனிதனாக ......

C_19

* * *

அண்டத்தின் ஆட்டம் தொடங்கி விட்டது ஆளில்லா கட்டிடத்தில் கூட்டம் நிறைந்து விட்டது

கடவுளின் கருணை கருகிவிட்டது மனிதனின் பெருமை அழுகிவிட்டது

பாசமும் நேசமும் பிரிந்து விட்டது

இந்த பூத்த பூவும் கருவில் கலைந்து விட்டது ஆட்டமும் பாட்டமும் ஓய்ந்து விட்டது

இங்கு ஆளில்லா நடமாட்டம் ஆகிவிட்டது

கொரோனா என்ற கொடூரன் உள்நுழைந்து உலகை மிரள விட்டான்

இப்ப பிரபஞ்சம் அக்கால கட்டத்தில் மனிதனுக்கு சாதகமாக இருந்தது ஆனால் இக்கால கட்டத்தில் மனிதன் இப்பிரபஞ்சத்துக்கு சாதகமாக இருக்கிறான்

இந்த விஞ்ஞான உலகில் விஞ்ஞானத்தையும் வென்றவன்

புது புது நோய்களை உருவாக்குகிறான்..

ஆம் இது இயற்கையின் விதியோ செயற்கையும் சரியா கொரோனா என்ற கொடூரன் நம்மை கொன்று குவிக்கிறான்

இதிலிருந்து நம்மை காத்துக் கொள்ள தனிமை என்ற பெரும் அரக்கன் தேவைப்படுகிறான்

மனிதா நோயைக் கண்டு நொந்து விடாதே தனிமையை கண்டு தயங்கி விடாதே

தனிமையில் இனிமை பெறாவிட்டாலும் உன் உயிரை பெற்று விடலாம்

தனிமை படித்துக் கொள் உன் தலைமுறையை காத்துக் கொள்

கொரோனா என்ற கொடூரனை கொன்று விடலாம்

இன்றைய நிலையில்

தயக்கம் கொள்ளும் மனிதன் சுயநலமற்றவன்
தயக்கமில்லா மனிதன் பொதுநலம் கருதுபவன்

விஞ்ஞானிகளின் சோதனை மக்களின் இன்றைய வேதனை

மனிதா!!!

மீண்டும் உயிர் பெற நீ தனித்திரு விழித்திரு முகத்தில் துணி அணிந்திரு .....

மறப்பதில்லை நெஞ்சமே

* * *

காலம் வேகமானது -அது சோகமானது

உயிரில் கலந்த அவனோ அவளோ விலகிச் சென்றாலும்
தேடல் தொடர்ந்து கொண்டே இருக்கும் பழைய
ஞாபகங்களை கொண்டு

நினைவுகளும் அன்று நிகழ்ந்திருந்ததும் இன்று மறக்க
மற்றொரு மனம் அல்லவா வேண்டும்

வாழ்க்கையின் ஓட்டத்தில் நீயும் நானும் சந்திக்கும்
எதிர்பாராத தருணமும் மீண்டும் அதிலிருந்து
மீளமுடையாத மர்மமும் மறப்பதில்லை

ஒவ்வொருவரின் வாழ்க்கையின் பாதையிலும் ஒரு
அற்புதம் நிகழும் அழிவும் நிகழ்ந்து கொண்டே தான்
இருக்கும் அது போல் பாதை மாறி போன காலம்
முடிந்து அது சேரும் காலத்தை மறப்பதில்லை

நெஞ்சம் எனும் வீட்டில் இரவும் பகலும் மாறி மாறி
வரும் அது போல் நம் பழைய நினைவுகளும்
அதற்கேற்ற போல் மாறும் மறப்பதில்லை

நதிகள் ஓடுவது நின்று விட்டால் அதன் அழகும்
ஆற்றலும் மூழ்கிவிடும் அதுபோல் அன்பும் உயிரும்
முறிந்து விட்டால் அதைத் தேடியும் நாடியும் நெஞ்சம்
மறப்பதில்லை

நம் வாழ்வின் தேடலின் ஒரு பகுதி ஓய்வு என்ற
ஒற்றைப் பாதையில் சந்திப்போம் என்று
நினைவுகளுடன் நானும் மருகி பயணிக்கிறேன்
மறப்பதில்லை நெஞ்சமே

இமைகளின் தேடல்

* * *

தேடல் நம் வாழ்க்கையில் நாம் ஒவ்வொன்றுக்கும்
போராட வேண்டிய காலமும் நேரமும் நம்மை சூழும்

அன்பு பாசம் வெற்றி தோல்வி என்ற அடிப்படையில்
அதைத் தேடி நாம் ஒவ்வொன்றுக்கும் அலைந்து
கொண்டே இருப்போம்

மர்மத்தையும் தேடி அலைவோம்
மனதையும் தேடி அலைவோம்
மரணத்தையும் தேடிய அலைவோம்

ஆனால் அதன் தேடல்கள் தொடர்ந்து கொண்டே
இருக்கும்

ஒவ்வொருவரின் வாழ்விலும் சூழ்நிலை அதன் பாதை
இல்லாமலே பயணிக்க வைக்கும் நாம் பிறகு அதைத்
தேடி செல்ல வேண்டும்

வியர்வை வீணாகிறது என்று உழைக்க மறந்து விட்டால்
இமைகள் மூடிவிடும் சிலருக்கு மூடிய கதவுகளாக
தேடல்
ஒரு அற்புதமே

அது நம் வாழ்வில் ஒரு பகுதியை விடை கிடைக்கும்
வரை பாதை மாறாமல் தேடிக்கொண்டே செல்வோம்
தேடலை நோக்கி

நம் தேடல் நம் கையில் அதை மற்றவர்களிடம்
பகிர்ந்தால் அது முற்றுப் பெறாது

நம் தேடல் நமக்கான பாதை ....

கற்றது கையளவு கல்லாதது உலகளவு

* * *

நாம் கற்றதும் கண்டதும் நம் வாழ்வின் கையளவே

இங்கு நாம் அறிந்தும் தெரிந்தும் அறியாதது உலகளவு

அதுபோல் மர்மங்கள் நிறைந்த இப் பிரபஞ்சத்தில்
நாம்?புத்தி தீட்டி கற்றாலும் நம் வாழ்க்கையில் அது ஒரு பகுதியே

நாம் வாழும் இந்த வாழ்க்கையில் முடிந்தவரை
கற்றாலும் அதைத் தாண்டி புரியாத புதிராய்
பிரபஞ்சத்தில் மர்மங்கள் நீண்டு கொண்டே இருக்கிறது

முன்னோர்கள் மூளைக்கு நாம் ஈடு கட்ட முடியாத?
அளவிற்கு பல மர்மமும் அதிசயமும் நிகழ்ந்து
கொண்டே இருக்கிறது

இவ்வுலகில் உள்ள ஒவ்வொரு உயிருக்கும் மர்மம்
விளங்காத கேள்வியாகவே இருக்கிறது

நாம் வாழும் இந்த வாழ்க்கையில் படிப்பதை விட
எப்படி வாழ்ந்தோம் என்ற பிறர் படிப்பதே சிறந்தது

நாம் தினம் தினம் கற்றும் தெரிந்தும் கொள்வது நம்
வாழ்க்கையை மட்டுமே தழுவி இருக்கிறது

ஆனால் அதையும் தாண்டி விடை காண முடியாத
கேள்விகளும் புதிர்களும் புதுமைகளும் பழமைகளும்
நிறைந்த உலகம் இது

நம் வாழ்க்கையில் நாம் கற்றுக் கொள்வது நிறைய இருக்கிறது ஆனால் அதையும் தாண்டி வாழ்வது என்பது கற்க முடியாத ஒன்றாகவே இருக்கிறது

நம் வாழ்வில் கற்றலும் தேடலும் தொடர்ந்து கொண்டே தான் இருக்கும் விடை கிடைக்கும் வரை

நாம் இந்த வாழ்க்கையில் ஒவ்வொன்றுக்கும் அனுபவரீதியாகவும் கற்றால் ரீதியாகவும் அடிப்படை அனுபவங்களை உலகம் அறிந்தாலும் அதையும் தாண்டி நாம் கற்றுக்கொள்ள வேண்டியது அதிகமாகவே உள்ளது இந்த உலகில்

இந்த உலகில் மனிதனால் முடியாது ஒன்றும் இல்லை ஆனால் நம்மை சிந்திக்க வைக்கும் சில மர்மங்களை கூட நம்மால் இன்றளவும் கண்டும் தெரிந்தும் கொள்ள முடியாதது ஒன்றாகவே நீடிக்கிறது

இந்த வாழ்க்கையில் நாம் அறிந்து கொண்டது சிறு துளியே

ஆனால்

நாம் அதையும் தாண்டி வாழ்க்கையை முடிந்தவரை வாழும் போது கற்று அறிந்து கொள்வோம்

தியாகம்

ஒவ்வொரு மனிதர்களும் தன் வாழ்நாளில் ஒவ்வொரு
நொடியும் தன்னைத் தானே தியாகம் செய்து
கொண்டிருக்கின்றனர்

வாழ்க்கையை வாழ்வதற்காகவும் சில இடர்பாடுகளும்
இன்பங்களும் துன்பங்களும் வாழ்க்கைப் பகுதியில்
அவர்களை தியாகம் செய்து கொள்கின்றன

மனிதன் தன்னிலை மறந்து பிறர் நிலை ஆராய்ந்து அவர்
தருணங்களில் தன்னையும் இணைத்துக் கொண்டு சிலர்
தியாகம் செய்கின்றனர்

ஒவ்வொரு சூழ்நிலைகளையும் மனிதன் தன்னை
தியாகம் செய்து கொள்ளும்போது வலி நிறைந்த
வாழ்க்கையாகவே அமைகிறது

ஒரு ஆண் உடலை உழைப்பைக் கொண்டு அவர் காலம்
முழுவதும் தன்னை தியாகம் செய்து கொண்டிருக்கிறார்

ஒரு பெண் மனதளவில் அனைவரையும் அரவணைத்து
வழிநடத்த வாழ்க்கையை காலத்தின் போக்கில்
குடும்பத்தில் தன்னை காலம் முழுவதும் தியாகம்
செய்து கொள்கிறார் அனைவரிடமும்

வலிகள் நிறைந்த பாதையில் ஆணும் பெண்ணும் தன்
வாழ்நாளும் முழுவதும் தன்னை இணைத்து தியாகம்
செய்து கொள்கின்றனர்

ஒவ்வொரு மனிதர்களும் நாட்டுக்காகவும்
வீட்டுக்காகவும் சமூக நல்லிணக்க ஒழுக்கம்
முறைக்காகவும் தன்னை வாழ்க்கையில் அர்ப்பணித்து
அவர்கள் தியாகம் செய்து? கொண்டிருக்கின்றனர் பலர்

இதில் வெற்றி தோல்வி மட்டும் வலியை கண்டு பலர் அஞ்சினாலும் அவர்கள் உழைப்பை மட்டும் விடுவதில்லை

இந்த வாழ்க்கை பயணத்தின் போது பல இடர்பாடுகளும் எதிர்பாராத சந்திப்புகளும் மனிதர்களை மாற்றி அவர்களை தியாகம் செய்து வைக்கிறது சில காலங்களில் நேரங்களிலும்

காலத்தின் சூழ்நிலைக்கேற்ப கஷ்டப்பட்டு இறுதியில் அனைவரும் தன்னை உயிர்த்தியாகம் செய்து கொண்டு இருக்கின்றனர் ...

மண்ணுக்கு மகத்தான வாழ்க்கையிலெள ஒரு மனிதனின் நிலைப்பாட்டில் தியாகம் என்ற கொள்கை என்றும் இருந்து கொண்டே இருக்கும்

பாலைவன பூக்கள்

* * *

வறண்ட பூமியில் வாழ்வது கஷ்டம் வறண்ட நிலத்தில் பூ மலர்வது அதிர்ஷ்டம்

அது போல் பாலைவனமாய் இருந்த நம் வாழ்க்கை ..?காலம் கடக்க கண் இமைகள் மூடாமல் சற்று உழைத்தால் பாலைவனமும் பசுமையாகும் நம் வாழ்க்கையும் வசந்தமாகும்

சுட்டெரிக்கும் சூரியன் எரிந்து கொண்டே இருக்கும் அதை அணைக்க சற்று என்று அடைமழையாய் பொங்கி பொழியும் ஒரு காலத்தில்

அது போல் நம் வாழ்க்கை ஒரு பகுதி பாலை நிலமாக இருந்தாலும் மறுபகுதி வளமான நிலமாய் மாறும்

பாதையை மாற்றி அமைத்தால் வாழ்க்கையில் விடியல் என்ற ஒளி ஒரு நாள் நம்மை தேடி வரும்

வாழ்க்கையில் ஒவ்வொரு தருணமும் பாலைவன பூக்களாய் வாழ்ந்த நிலை மாறி நந்தவனமாய் பூத்துக் குலுங்க நம் கோட்பாடுகளையும் கொள்கைகளையும் ஒருபொழுதும் மாறாமல் ...

பாலையை சோலையாக்கி வாழ்வோம்....

கண்ணம்மா

• • •

பகுதி:1

கண்ணம்மா என்ற காவியத்தில் ஏனோ எழுத தழுவிய என் கை வரிகள் ....கண்ணம்மா

வரிகளுக்கும் காதல் வருகிறது பெண்ணே நான் வரிகளை தீட்ட தீட்ட.....

உன்னால் வஞ்சகம் இல்லா நெஞ்சம் வர்ணிக்கும் வர்ணித்து என் வரிகள் உன்னை கெஞ்சும் அது கொஞ்சம்.."!

தூரத்தைப் பொறுத்து காதல் அல்ல துயரத்தைப் பொறுத்து காதல்--சில

வாழ்க்கையில் வெற்றிடம் என்பது ஒவ்வொரு தருணத்திலும்-- ஒவ்வொரு

நம் நீங்காத நினைவுகள் அதை தாங்காத மனக்கதவுகள்

சூழ்நிலையில் கண்ணம்மாவின் கண்ணாமூச்சி ஆட்டம் நினைவுகள் ஓய்வதில்லை அவளால் -----கண்ணம்மா

காலங்கள் நமக்கு சில சமயம் சாதகமாக அமையாது அதுசில அனுபவங்களை கற்றுத் தருகிறது

அது தொடர்ந்து கொண்டே இருக்கும்

அடுத்த இடத்தை முற்று பெற வைப்பது யார்..?

கண்ணீரைக் கானல் நீராய் மாற்றி வரும் காலத்திலும் தொடரும் கண்ணம்மாவின் ...காவியம்

பிரபஞ்சத்தில் ஒவ்வொரு மனிதரும் சந்திக்கும் தருணம் சூழ்நிலை எதிர்பார்த்து தேடலை தொடங்குகிறது

எதிர்பாராத திருப்பங்களும் மர்மங்கள் நிறைந்த வாழ்க்கையில் மறுபடியும் ஒரு மர்மநிலை தோன்றுகிறது இந்த தேடலில் மிக முக்கியமான காவியமாக நினைவுகள் மட்டுமே----:
கண்ணம்மாவுடன்!!

நிகழும் மாற்றங்களும் மாறுதல்களும் மண்ணுக்குச் சென்ற பின் தெரியாது அது போல் இருக்கும் வரை அவளை நினைவுகளுடன்

காதல் காதலோடு இணைந்த காலக்கொடுமை அறம் என்ற நீதி கெட்டு புறம் என்ற நீதி பொங்கி வலிக்கிறது கண்ணம்மா உன்னை எதிர்பார்த்து !!

பெண்ணே நீ அழகு மொழியோ கருவ கலையோ தெரியவில்லை

உன்னை வர்ணிக்க வார்த்தைகளை தேடி கண்ணம்மா என்று கண்டேன்!!!இன்று கண்டு கொண்டேன்!!!

நிலையில்லாத வாழ்க்கையில் உன் நினைவுகள் நிலையாக வேண்டும் என்று --- கண்ணம்மா

கற்பனையில் உன்னை வரிகளாக தீட்டிக் கொண்டிருக்கிறேன்........""
எப்பொழுது உன் முகத்தைப் பார்ப்பேன் என்று!!

உன் முன் நான் வருவதில்லை ஆனால் உன் நினைவுகள் என் முன் கற்பனையாக வந்து கொண்டிருக்கிறது

வாழ்க்கையில் நாம் சந்திக்கும் வரிகளுக்காக எதிர் பார்க்கும்....வரி எழுதி அதைப் பார்க்கும்
கண்ணம்மா!! கண்ணம்மா! !

கண்ணம்மா உன் மௌனம? முக பாவனைக் கூட
என்னை மெல்ல மெல்ல கொள்கிறது

கண்ணம்மா காலங்களிலும் கனவிலும் நான் உனக்காக
ஒன்று மட்டுமே தினம் தினம் தருகிறேன் ----என்
கண்ணம்மா என்ற வரிகளுடன்

காலம் கடந்து கொண்டிருக்கிறது நேரமும் மன
குழப்பமும் வாழ்க்கையில் சற்று வேடிக்கை பார்க்கிறது
நம் நிலையை அறிந்தும் இந்த

நொந்த மனம் ஏனோ தெரியவில்லை அதை நினைத்து
உன்னை மறக்க மறுக்கிறது கண்ணம்மா

காகிதத்தாலும் சில சமயம் காவியமாகும் உந்தன்
அருகில் நான் இல்லை என்றாலும் கனவிலும் நீ
ஓவியமாக.....கண்ணம்மா

காதல் என்னும் கலப்பில் கண்ணம்மா உன்னை நான்
தொந்தரவு செய்யவில்லை
இருந்தாலும் ஏன் அதை செய்யவில்லை என்று மனம்
தவிக்கிறது

கண்களும் விளையாடும் கண்ணம்மாவின்
கண்ணாமூச்சியில்

றெக்கை இல்லாமல் என்னை பறக்க வைக்கும் உன்
பாதையின் முகம் சற்று பாலைவன பூக்கள் போல் மனம்
மலர நீ மறுக்கிறாய் ...கண்ணம்மா

பாசம் வைத்தவள் பாதையில் போனால் பாதியில்
வந்தவள் பாசமானாள்...!!!

கண்ணம்மாவின் காவியம் தொடர்ந்து!! கொண்டே
இருக்கும்__ தொடரும்!!

அடுப்பங்கரையில்—
அமைதியான அழுகுரல்

• • •

பெண் ஒரு போராளி ஒவ்வொரு நொடி தருணத்திலும்...

பெண்ணே பெருமையே பிறப்புகளின் இனிமையே
வாழ்நாள் முழுவதும் அற்புத விளக்கே வருங்கால
குடும்ப விளக்கே

அன்று தாய் தந்தையின் வீட்டில் இளவரசி பிறகு
கணவனின் வீட்டு இல்ல தரசி

பெண் தனக்கென்று இல்லாமல் பிறருக்கு என்று
வாழும் தெய்வம்

அவள் அழுகுரலை யாரும் அறிவதில்லை

பெண்கள் தன் வாழ்நாளும் முழுவதும் தன்னை தியாகம்
செய்யும் அற்புத பிறவி

ஒரு பெண் தன் கனவுகளையும் கற்பனைகளையும்
மனதளவில் அழித்துக் கொள்கிறார்....

தன் பசி அறியாமல் பிறர் பசி போக்கும் வாழ்வு
போராளி

கருங்ககூந்தலில் கானல் நிறையும் நன்னீராய் மாற்றி
கண்ணகியாய் வாழும் நம் நாட்டு பெண்கள்

அவள் கனவுகள் கலைந்து போகும் தினம் தினம்
புது கடமைகள் காணும் புதுமை அது பெண்களின்
கொடுமை

அடுக்குமாடியிலும் சரி குடிசைகளும் சரி அடுப்பங்கரை வரும் பெண்கள் தினம் கண்ணீர் வடிக்கிறாள்

அரிசியை கூட அளவோடு அளந்து இங்கு அனைவருக்கும் உணவு ஊட்டுவாள். அவள் உண்ணாமல் ....

உறங்கும்போது கூட தன் கணவனும் தன் குழந்தைகளும் வாழ்வில் நலம் பெற வேண்டும் என்ற கனவு காணுவாள்

பெண்களின் இல்லற வாழ்வில் தன் குழந்தைகளுக்காகவும் குடும்பங்களுக்காகவும் எரிகின்ற தீ போல் ஒளி தருகிறார் ...அவள் மட்டும் அணைந்து விட்டால் கண்ணீர் ஆறாய் திகைப்பர்!!

தன் பார்வையால் பற்றவைக்கும் தீ..!! அவள் கண்ணீரால் அதை அணைப்பது மெய்..!!

தீக்கு தினம் தினம் இரையாகும் தீந்தமிழ் பெண் அவள்

பெண்கள் தன் புகுந்த வீட்டில் தான் அவள் காணல் நீராய் வெந்து தணிந்து கண்ணீர் ஆராய் ஓடுகிறார்

குடும்ப சுமைகளை தாங்கிக் கொண்டு ஆழும் நிழல் அவள் ---

மனதளவில் தினம் தினம் அழுகுரலாய் அழுகிறாள் .....

பெண் ஒவ்வொரு குடும்பத்தின் கண்

காப்போம்!! காவியம் ஆக்குவோம்!!

உன்னை உலகுக்கு உறுதிப்படுத்து

• • •

கடந்து வந்த பாதைகளை மீண்டும் கடக்க நினைக்காதே
பிறகு உன் கனவுகளும் கலைந்து விடும்

நிலைகுலைந்த உன் வாழ்க்கையை நிமிர்ந்து பார் சில
நேரங்களில் நிம்மதி அடைவாய்

ஏமாற்றத்தை கண்டு மீண்டும் ஏமாளியாக ஏமாறாதே
எழுந்து நில்

சோகங்களை கண்டு சோதனை அடையாது சோதித்து
பிறரை எதிர்த்து நில் நீ

தோல்வியை கண்டு துக்கம் கொள்ளாதே தூக்கத்தில்
இருந்து விழித்து நில் எழு

மற்றவர்களை கண்டு நீ மயங்கி நிற்காதே, நீ துணிந்து
நில்

ஒருபொழுதும் பணிந்து நிற்காதே பாய்ந்து நில்

உன் அறிவை கூர்மையாக்கு குழப்பிக் கொள்ளாதே

உன்னை உலகம் அறிய உன்னை நீ ஆராயி

நடப்பது நன்மை என்று நினை நிகழ்காலமும் நிழல்
தரும்

அனைத்தும் ஆண்டவனின் செயல் என்று துணிந்து செய்
உன் பணியே மெய்

சென்றவரும் வருவார் நின்றவரும் வருவார்
நீ தனிமையில் செல்

உலகத்தைக் கண்டு மிரளாதே நீயும் ஒருவன் அதில்

முடிந்தவரை போராடு உன் வாழ்க்கைக்கு விடை கொடு

அனைத்தும் அறிந்து கொள் தெரிந்து கொள் பிறரிடம்
பணிந்து செல்--- பிற்போக்காளரிடம் துணிந்து நில்

உனக்கான உன் உழைப்புக்கான வெற்றி உன்னைத் தேடி
ஒரு நாள் வரும்

உன் உடலை ஊக்கப்படுத்து
உலகம் உன்னிடம் தோற்றுப் போகும்

தொடர்ந்து கொண்டே இருக்கும் தொடரும் ...

உலகுக்கு உறுதிப்படுத்து உன்னை ..

ஒன்றெனக் கொள்

* * *

ஒன்று போல் நடந்து கொள் மற்றவர் மனதில் வாழ்ந்து
கொள் என்றும்

நினைக்க ஒரு நிமிடம் மனிதனுக்கு இல்லை மறு
நிமிடம்

மனிதனுக்குள் ஏன் இந்த மதசாதி நமக்கு இல்லை மறு
பிறவி நீதி

ஒன்றென நடந்து கொள்
பலர் நெஞ்சில் வாழ்ந்து கொள்

அன்றே நீ விரட்டி விடு நீ என்றும் வாழ்ந்து விடு

ஒரு மதம் கொள் பிறர் மனம் செல்

என்றும் நல்லவனாக வாழ்ந்திட உன் தீண்டாமையை
தீயில் கொள்....

கலையில்

* * *

இறைவன் படைத்த இயல்பு கெடாமல் தொடரும் பட்டியலில் என்றும் இருக்கிறது கவிதை! !!!

காலம் கடந்தாலும் கவிதை கடந்தாலும் கவிஞர்கள் பிறந்து கொண்டே தான் இருக்கிறார்கள்!!!

மருத்துவ மருந்தும் மர்மமும்

உலகம் உருவானது முதல் இயற்கையே நமக்கு கடவுளாக விளங்கிய காலம் மருவி விஞ்ஞானமே கையேந்தும் கடவுளாக மாற்றி விட்டது மனிதர்களின் வாழ்வில்

முன்னோர்களின் மூலதனமே மனித வாழ்வின் மருந்தாக இருந்தது

ஆனால் இன்றைய காலமுறையில்

சித்தனும் பித்தன் ஆகினான் பிறந்தவனும் மருத்துவனாகினான்

ஆண்டவனால் ஆயுளைக் கூட்டிய ஆயுர்வேதமும் வெந்து தவிக்கும் மனிதர்களின் புதிய கண்டுபிடிப்பினால் அது நொந்து தவிக்கும்

இன்றைய நிலை

இயற்கை மறைந்தை அழித்துவிட்டு செயற்கை மருந்தை ஆள விட்டு

மனிதன் அழுகிறான் உயிரை விடுகிறான்

இன்றைய மருத்துவமே மானங்கெட்ட பணத்துவமே

இது நோட்டுகளின் பிறப்பிடம் நோய்களின் வருங்கால இருப்பிடம்

விஞ்ஞான உலகம் விலை போன மருத்துவ கழகம்

சித்த மருந்தே எங்கள் வாழ்வில் நீ உயிர் துறந்தே

நோய்க்கு மருந்து என்று போய் நோயையே மருந்தாகி மெய்

உயிர் வாழ்பவனக்கு விலை குடு இல்லையென்றால் நீ உயிரை விடு

விதவிதமான கருவிகள் விழுந்து போன நாட்டு மூலிகைகள்

மருத்துவம் என்ற பெயரில் மரணத்தை தினம் எதிர்கொள்ளும் நிலைமை இதுதான் இன்றைய உலகின் தலைமை

பிணத்தைக் கூட விற்பனை செய்யும் உலகமடா பித்து பிடிக்க வைக்கும் பணத்தின் நிலைமையடா

இயற்கையை காத்த அன்றைய தலைமுறை இயற்கை அளிக்கும் இன்றைய தலைமுறை

வந்தது வந்தது நோயே அதற்கு புது புது மருந்து தான் தாயே

செயற்கையை தாங்கும் இன்றைய தலைமுறை ஆனால் இயற்கையை தாங்கா நிலைமுறை

மாமருந்து அழிந்து மரணமே இன்று விருந்து

புதிய கண்டுபிடிப்புகள் புது விதமான நோய் படிப்புகள்

நாட்டை நடுங்க வைத்து வீட்டை கலங்க வைத்து
நோய்கள் ஆட்டம்
மக்கள் ஓட்டம்

ஒவ்வொரு பொருளும் கலப்பினம் அதை கண்டு மனம்
நோய்கள் வருது தினம் தினம்

நம் வாயாலே நம் வாழ்க்கை வருங்காலம்
தலைமுறையும் கெட்டுப்போகும் உயிர் விட்டு போகும்

மனிதனின் நிலை மருத்துவர் வைக்கும் அதற்கு விலை

விஞ்ஞானத்தால் விலை போன மருந்து ...அது அழிந்து
போய் ரொம்ப காலங்களால் நாம் மறந்து

இயற்கை வளமான வாழ்வு தந்தது

செயற்கை பலமான மரணம் தந்து கொண்டிருக்கிறது

கஷ்டம்

• • •

கஷ்டங்கள் கடவுள் மாதிரி வணங்கும்போது வாய்ப்பளிக்கும்..

விலகும்போது தூக்கி எறிந்து பரிசளிக்கும்...

காதல்

• • •

காதல் காதலோடு இணைந்த காலக்கொடுமை

அறம் என்ற நீதி கெட்டு புறம் என்ற நீதியில் பொங்கி வழிகிறது .....

நிலைக்காத நிலையில்லாத காதல்....

அறம்

• • •

கற்பனையில் கூட நேர்மை உண்மை கடமை
தவறாமல்!!

அறத்தை சூட்டி கற்பனை தீட்ட வேண்டும்

இதயம்

• • •

நினைவுகள் கூட சில நேரம் மறந்து போகும்...

ஆனால்

நாம் விரும்பிய இதயங்கள் இறப்பு வரை மாறாது
மறையாது...

குழந்தை

• • •

ஒவ்வொரு பெற்றோர்களின் முதல் கடவுள்!!

""பொக்கிஷம் சந்தோசம்" செல்வம்" வருங்காலம்"

இவ்வுலகின் முதல் ஒலி...
அது
குழந்தையின் விழி...

என்னவள்

• • •

காதல் பாதை ஆயிரம் வலிகள் அதில்!

நீ கடந்து செல்லும் போது எத்தனை பிழைகள்...

அவளைக் கண்ட நாட்கள்""காணும் நாட்கள்""எங்கே
செல்வாயோ"" உயிரைக் கண்டு கொல்வாயோ""

உலகம் கண்டு நின்றாயோ""
,பெண்ணே உந்தன் வலி தடத்தில் வலியவன் நானோ
இனி இனியவன் தானோ...

முன்னேற்றம்

• • •

முன்னேற்றத்திற்கும் முட்டாள்தனத்திற்கும்

முன்னேற்ற வாதிகள் முட்டாள்தனமாக யோசிக்க மாட்டார்கள்

முட்டாள்கள் முன்னேற மாட்டார்கள் யோசிக்கவும் மாட்டார்கள்

உலகு

• • •

ஊமை உலகம் அறிவர் அதை சிலரே எறிவர்...

பழக்கவழக்கம் சரியாக இருந்தால் பகுத்தறிவும் சரியாக இருக்கும்

இன்றைய ஆட்சிமுறை

• • •

ஆண்டு வந்த மூத்தகுடி இனம் வாழையடி வாழையாக
ஆண்டது மில்லை முழுவதுமாக அழிந்ததும் இல்லை

ஆனால்

இடையில் வந்த வழிப்போக்கர்கள் ஆள்வதும்
வீழ்வதுமாய் இருக்கிறார்கள்

அவள்

• • •

வரிகளுக்கும் காதல் வருகிறது பெண்ணே நான்
வரிகளை தீட்ட --உன்னால்

வஞ்சகம் இல்லா நெஞ்சம் வர்ணிக்கும் வர்ணித்து என்
வரிகள் உன்னை கெஞ்சும் ---(*அது*)--- கொஞ்சம்

மூடுபனி

• • •

முகம் பார்க்காமல் முகவரி அறியாமல் உன்னை காண துடிக்கும் கவிஞன் நான்

எதிர்பாராத நேரத்தில் என் மனதை கொள்ளை கொண்டு மூச்சு விட முடியாமல் முழு நிலவையும் மறைத்த மூடுபணியே ...

பட்டாம்பூச்சி

• • •

பட்டாம்பூச்சியும் போட்டி போடும் யார் அழகு என்று ஆனால் அதை ரசிப்பவர்களுக்கு கூட அதற்கு பதில் கூற முடியாது

மூச்சடைத்து பார்த்து இருவருக்கும் முற்றுப்புள்ளி வைப்பது யார்?

பட்டாம்பூச்சி:: என்னால் சிறகை விரித்து பறக்க முடியும்

பெண் : என்னால் இங்கு சரக்கடித்து பறப்பர் எல்லோரும்

இதில் கவிழ்ந்து போன கவிஞன் நான்

தீட்டு அறையில் பெண்

• • •

முன்னோர்கள் முட்டாள் அல்ல பெண்களின் உடல் நலம் கருதியே அப்பொழுது தனிமைப்படுவது சிறந்தது என்றார் ...

முட்டாள்கள் அவள் ஒரு தீட் ஆனவள் என்று பட்டம் சூட்டி மாதங்களில் மனதை கலங்கடிக்கின்றனர்...

தீட்டாள் பிறந்தவர்களே நாம் அதற்கு பெயரும் தீட்டா

தேடி வந்த தேவதை

• • •

வாழ்நாள் முழுவதும் அவளுடன் பயணிக்க ஆசைப்பட்டேன்

ஆனால்

பாசம் வைத்தவள் பாதையில் சென்றால்

பாதியில் வந்தவள் பாசமானாள் என் தேவதை ....

நிமிர்ந்து நில்

• • •

வாழ்வது ஒரு முறை வருங்கால தலைமுறை
நமக்கெனும் பாதையில் நாம் பயணிப்போம்

அடுத்தவர்கள் வாழ்வையும் அரவணைப்போம்
அனைத்தையும் வாழ்வில் எதிர்த்து நிற்போம்

தனித்து நில் நிமிர்ந்து நில் ....

பாலைவன பூக்கள்

• • •

மறைந்து போன காலத்தை மீண்டும் மலர வைப்பது
கடினம்

முடிந்து போன நிகழ்வுகளை நிகழ வைப்பதும் கடினம்
அது போல் வாழ்வில் நிரந்தரம் என்னும் சொல்
நிலைப்பதில்லை

அதை மனம் மறுப்பதில்லை பயணம் என்பது கடினமே
பாலைவனத்தில் ...

எல்லாம் அவன் செயல்

• • •

நல்லவனாக வாழ்ந்தாலும் தீயவனாக வாழ்ந்தாலும்
குறை சொல்லும் உலகம் இது

முடிந்தவரை போராடு வாழ்வில் நீ-பாடு வருங்காலம்
என்பது பொய், நீ இருப்பதே மெய் அறிந்து கொள்

எல்லாம் அவன் செயல்

மகிழ்ச்சி

• • •

வாழ்வின் மகிழ்ச்சி எனும் பாதையை அடைய தினம்
தினம் போராட வேண்டிய கட்டாயம் உண்டு

வாழ்வில் முடிந்தவரை உழை அது பெரும் விலை

மானம் என்பது வாழ்வின் நிலை முடிந்தவரை
மகிழ்ச்சியுடன் வாழ்வோம் மற்றவர்களையும் வாழ
வைப்போம்

தேனீர்

• • •

ஏழைகளின் மாமருந்து
வீட்டிற்கு வரும் விருந்தினருக்கு தரும் எளிய விருந்து

பெண் பார்க்கும் படலத்தில் மாப்பிள்ளையை
பெண்ணுக்கு அறிமுகப்படுத்தும்
நண்பன்

எல்லா இடத்திலும் அனைவரையும் அறிமுகப்படுத்திக்
கொள்ள உதவும் நண்பன்

நாட்டை அல்ல இவ்வுலகை ஆளும் முடி சூடா மன்னன்
என்றென்றும் ......

கனவுகள்

• • •

ஒவ்வொருவரின் வாழ்க்கையிலும் நிகழும் அற்புதம்

சில கனவுகள் நிகழும் நிஜமாகும்

அது வாழ்க்கையில் வசந்தமாகும் நல்வழியில் கனவு
காண்பது நற்பண்பாகும்

கனவில் கூட அறத்தை தவறாமல் சூட்டி கனவு
காணுங்கள்

காலம் விடை தரும்

கவிஞனின் முக்கியத்துவம்

• • •

தன்னால் கவிஞர் ஆனவனை விட

சூழ்நிலையாலும் ஒரு தருணத்தினாலும் பிறராலும் பலராலும் ....

முக்கியமாக ஒரு பெண்ணாலும்

அவன் எழுதும் எழுத்துக்கள் கவியாகிறது ...

அவனும் வருங்காலங்களில் கவிஞன் ஆகிறான்..

அழிந்து போகும் விலங்குகள்

• • •

ஆண்டவன் படைப்பில் அகிலத்தில் அனைத்தையும் அதன்வடிவில் படைத்தான்

ஓரறிவைக் கொண்டு ஐந்தறிவை பெற்று ஆறு அறிவு வைத்து மனிதனுக்கும் மனமில்லை இன்று ....

இயற்கையின் இன்னொரு உயிர் அதுவே உலகின் துளிர்...

கடவுளின் வர்ணஜாலத்தில் வளங்களையும் பறவைகளையும் விலங்குகளையும் உருமாற்றி வைத்திருக்கிறான்...

இங்கு ஒன்றைக் கொண்டால் தான் இன்னொன்று உயிர் வாழ முடியும் கடவுளின் தர்மம் இது

தாய் இல்லாத குழந்தைகளுக்கு தாய்ப்பால் ஊட்டும் மற்றொரு அன்னை தான் பசுமாடு

பெரும்பாலான மன்னர்கள் சிபி மன்னனை போல் வாழ்ந்து இருக்க முடியுமா தன் தசையை அல்லவா எடை போட்டார் ..அந்த உயிருக்காக ....

இன்று காக்கிச்சட்டை போட்டு லஞ்சம் வாங்காமல் பணி செய்யும் நேர்மையான உயிர் நாய் மட்டுமே

நம் எதிர்காலத்தை அறிய கிளியை கூண்டில் அடைக்கின்றாய் மூடர்கள்

வாழ்க்கையில் நாம் ஆடுவதை விட குரங்கை ஆட வைப்பது அதிகம்

நம் ஆசைக்காக மீன்களை தொட்டில் மறைக்கிறாய் மீன்களின் ஆசை என்னவாக இருக்கும் ...

பல நாட்கள் வீட்டுக்குள்ளே இருந்து பார் அடைப்பட்டிருக்கும் பாம்பின் அவஸ்தை புரியும்..

ஒரு நிமிடம் தலையாட்டி கொண்டே இருந்து பார் ஆட்டின் கழுத்து வலி வேதனை புரியும்

ஒரு நாளைக்கு பிச்சை எடுத்துப் பார் யானைபடும் அவமானத்தின் அவலம் தெரியும்

வாயில்லா ஜீவன்களை அடக்கி வாழ்கிறாய் ...அதன் வலியும் வேதனையும் நமக்கு புரிவதில்லை

சீரும் சிங்கத்தையும் பாயும் புலியையும் குருடன் ஆக்கி கூண்டில் வைத்து விட்டாய் உனக்கு என்ன புரியும் ....

பணத்திற்காக பாகுபாடு இல்லாமல் வேட்டையாடும் காலம் இது ....பிணத்தையும் பிரித்து எடுத்து ஓடும் உலகம் இது

அடித்துப் போட்டால் கேட்பதற்கு ஆள் இல்லாத நாய் என்று திட்டுகின்ற அவர்களே..?இந்த அனாதைக்கு எத்தனை ஆதரவாக இருக்கிறது என்று தெரியுமா ..?அது நம் மனித பிறவில் கூட கிடையாது

தவறு செய்பவர்களை அறிவு கெட்ட கழுதை என்று கூறுகிறீர்கள் ...ஆனால் அந்தக் கழுதைகளால் அட்டுப்பால் மாட்டுப்பால் எருமைப்பால் கழுதை பால், புலிப்பால் அனைத்து பாலையம் அருந்துகின்றனர் கழுத்தையாக ...

மனிதனை முடிந்தால் நாயிடம் நன்றியும் எறும்பு இடம் சேமிப்பையும் பூனை இடம் தூய்மையையும்

பார்க்கலாம் மனிதனிடம் எதையும் எதிர்பார்க்க முடியாது ...

இங்கு மனிதனாய் பிறந்ததை விட மிருகமாய் பிறந்திருக்கலாம் ஏனெனில் ஒழுக்கமும் அறிவும் அதற்குத்தான் அதிகம்

யாரு எப்படி என்று உடனே அறிந்து கொள்ளும் ....

தேனீக்களிடம் முயற்சியும் அமைவிடம் அடக்கத்தையும் பச்சோந்தியிடம் மனிதத் தன்மையும் பார்க்கலாம்

இங்கு மனிதனால் ஆளப்படும் அனைத்தும் அழிந்து போகிறது மனிதனும் அழிந்து போகிறான் ஆனால் ஏன் புரியவில்லை? அதுவும் ஒரு உயிர் தான் என்று ...

விலங்குகளின் நேசி மனிதனாய் ....
விலங்குகளை பராமரி தெய்வமாய் ....

பிற உயிர்களைக் கொன்று தன் உயிரை வளர்க்காதே மனிதா ....

ரோஜாப்பூ

• • •

மலர் தோட்டத்தில் இதுவே ராணிகளின் மகாராணி என்றென்றும்

முள்ளும் மலரும் இணைந்து எழுதிய காதல் ரோஜாவே ...காதலுக்கு நீ ராஜாவே ...

காதல் தேசத்தில் இதுவே தேசிய சின்னம்...அழகிய கிண்ணம்

பெண்களின் மனதில் இடம் பிடித்த மாபெரும் புரட்சி தீ

ஆண்களின் கைகளில் அழகை சேர்க்கும் வர்ணத்தின் காதல் சின்னமும் நீ

காதலை வெளிப்படுத்தும் போது பலர் கையில் முத்தமும் இடும் சத்தமும் இடும்

தூக்கி எறிம் ரோஜாக்களின் கண்ணீர் துளிகளை தான்

கண்ணாடி பெட்டியில் ரோஜா பன்னீர் என்று உலகம் முழுவதும் விற்பனை செய்கின்றார்களோ

காதலர் தினம் ஆண்டுகளில் உன் தலைமையில் தான் சிறப்பாக கொண்டாடப்படுகிறது ...பூவும் பூவோடு

காதலர் தினம் அன்று கன்னிப் பெண்களின் கூந்தலில் வரும் ரோஜா காதலனாகவே பலருக்கு காட்சி அளிக்கும்

இதில் அழகு நிலையம் இருப்பது எத்தனை பேருக்கு தெரியும் ஆனால் சித்த மருத்துவ சாலையும் இருப்பது எத்தனை பேருக்கு தெரியும் ...??

அழைய வைக்கும் அரிய வைக்கும்

அன்பிற்கு இதுதான் சிகரம் அழகிற்கு இது தான் தலைநகரம்

இதனுடன் பிறந்த உடன் பிறப்புகள் இன்னைக்கு நூற்றுக்கு மேல் இவர்களை வளர்ப்பவர்கள் உலகம் முழுவதும் உள்ளார்கள்

காதலர்கள் காதலை வெளிப்படுத்தும் போது இதை கொடுத்து வெளிப்படுத்துகிறார்களோ ..?

ஏன் இந்த மகிமை பூமியின் இந்த நிலைமை

வாழ்வோடும் அன்போடும் வாழ்நாளும் முழுவதும் இணைந்த வர்ணஜாலமே வருங்கால புது தினமே

ரோஜா நீ என்றுமே ராஜா ....

இளைஞர்களின் சமுதாயம்

வருங்காலங்கள் நாட்டின் தூண்களே ..

இளைஞனே சாதித்தவர்கள் போதித்தை கேட்பதோடு
போய்விடுகிறாய்

ஒருமுறையாவது உன்னை சோதித்துப் பார்க்கிறாயா நீ
சொல் ..

உன் நிலையை வகுத்து நில்

உன் கற்பனைக் குள்ளும் இன்னொரு நேதாஜி
இருக்கலாம்

உன்னுடைய வார்த்தைகளுக்கும் இன்னொரு
மண்டேலா இருக்கலாம்

உன்னுடைய கருணை உள்ளம் இன்னொரு அன்னை
தெரசாவாக இருக்கலாம்

உன்னுடைய தியாகத்திற்கு இன்னொரு சுதந்திர வீரனாக
இருக்கலாம்

உன்னுடைய ஒழுக்கத்திற்கு இன்னொரு அவ்வையாக
இருக்கலாம்

உன்னுடைய நையாண்டிக்கு பெரியாராக கூட
இருக்கலாம்

உன்னுடைய அறிவுக்கு இன்னொரு அப்துல் கலாமாக
இருக்கலாம்

யார் கூறுவார்கள் நீ வரும் காலங்களில் தாமதம் வேண்டாம்

உன்னை நீயே தேட தொடங்கி விடு எவன் ஒருவன் தன்னையும் மண்ணையும் மற்றவர்களையும் தன்னை வருத்திக் கொள்கிறானோ அவனே சாதனையாளராக வருங்காலங்களில் நாட்டின் இளைஞனே...

நீ சாகப் பிறந்தவன் அல்ல சாதிக்க பிறந்தவன் எழுந்து வா இளைஞனே வருங்காலம் உன் கையில் ...

இளைஞர்கள் நினைத்தால் இருளையும் வெளிச்சத்திற்கு கொண்டு வரலாம் ...

விடியலைத் தேடிக் கொண்டே இரு விடியும் வரை

அம்மா

• • •

அகிலம் தாண்டி ஒலிக்கும் முதல் குரல் ஆண்டவன் படைப்பில் நிரல்

அன்னையின் அச்சம் அன்று கடவுளுக்கு கூட கண்ணீர் வர வைக்கும்

தன் உயிரை துச்சமாக தன் பிள்ளையின் உயிரை மிச்சமாக பெற்றெடுக்கும் போராளி ...!

அன்னையின் அன்பு அகிலம் வெல்லும்
தந்தையின் அன்பு அதைத் தாண்டியும் சொல்லும்

அன்னை பிள்ளையை வளர்த்து ஆளாக்கி ரசித்து பார்ப்பாள்..அவர்கள் பிறகு சோதித்துப் பார்ப்பார்கள்

அன்னையின் கோபமும் தந்தையின் சோகமும் வேடிக்கையே -- பிறகு தான் தெரியும் அதன் வழியும் வேதனையும் நமக்கு புரியும்

அன்னையின் அழுகுரல் நமக்கு தெரியாது ...தன்னை வருந்து தன் பிள்ளை வாழ்க்கையை வளம் பெற நினைத்து

தினம் தினம் கடவுளிடம் கண்ணீர் வடிப்பாள்

அம்மா என்ற சொல்லுக்கு இவ்வுலகில் வேறொன்று நிலை இல்லை

அம்மா ஒரு அற்புதம் ஆண்டவன் படைப்பில்...
நான் கண்ட அன்பின் திகைப்பில்

உடன்பிறப்புகளின் அன்பு வளரும் வரை மட்டுமே

ஆனால் தாய் தந்தை அன்பு இறக்கும் வரை

அவர்களை இருக்கும்போதே அரவணைப்போம் ...அன்பு காப்போம் ...

அம்மா ....

ஊசிக்கு ஒரு கவிதை

* * *

ஊசி மற்றவர்களுக்காகவே உழைத்து உழைத்து இழைத்து போன ஏழையின் உடல்..

வல்லவனுக்கு புல்லும் ஆயுதம் என்பது போல் ஓட்டை கூட சில இடங்களில் பலம் தான் என்று நிரூபித்துக் காட்டிய புத்திசாலி

தன் கவனம் தவறி கையில் ஊசி குத்தி விட்டது என்று சொல்லம் மனிதர்கள் ஊசி குத்தி கொண்டேன் என்று கூற மறுக்கும் மனிதர்கள்..

ஆயிரம் கருவிகள் இருந்தாலும் உனக்கு பின்பு தான் இங்கு எல்லாம்

முனை முழுங்க துணிகளை தைத்தாலும் பெருமை என்னவோ கத்திரிக்கோலுக்கு தான் துணிக்கடையில் ....?சிலர் கையில்

பூவோடு சேர்ந்து நாறும் மணப்பது போல் ஊசியோடு சேர்ந்து நூலும் மகத்துவம் பெறுகிறது என்றென்றும்

ஏழைகளின் வீட்டின் சொந்தக்காரன் ஏழைகளின் கிழிந்த ஆடையை தைக்க முன் வந்த ஊசி போல்...

இங்கு இன்று கிழிந்த வாழ்க்கையை தைக்க யார் தான் முன் வருவார்களோ ....? ஏழைகளுக்கு ....?

யார் ஆடைகளாக இருந்தாலும் தன் வேளை தைத்து தருவது ஆனால் நாம் அதை அலட்சியமாகவே நினைப்பவர்கள் .....? அதிகம்

இங்கு ஊசி நூல் போல இணைந்திருப்பவர்களை விட பிரிந்து இருப்பவர்களுக்கு அதிகம் .... இன்று

ஊசி போல் சிலர் நூல் போல் பலர் .....

பெண்ணின் பாவனையில்

* * *

பெண்ணே நீ செதுக்காத சிலையோ....?துளி இல்லாத மழையோ..?

எழுதும் கவிதையோ இல்ல புனைக்காததையோ கற்பனையோ காவியமோ நீ என்னவென்று எழுத எழுத புரியவில்லை ..

வாடாத மலரோ...? வர்ணிக்கும் நிலவோ ...?

மறையும் வானவில்லோ,..? மறுபடியும் பொழியும் மழை மொழியோ...?

மயங்கும் ஒளியோ ..?
பறக்கும் கிளியோ ..?

கூவும் குயிலோ..? பூச்சூடும் மயிலோ..?

தீட்டும் வண்ணமோ..? திகட்டா கிண்ணமோ..?

ஆர்ப்பரிக்கும்...? அருவியோ சல சல என ஓடும் கால் கொழுசின் குருவியோ ...?

காணாத அதிசயமோ...? கடவுளின் ரகசியமோ ..?

துடுப்பு இல்லாத மீனோ..?.
புள்ளி இல்லாத மானோ..?

இதில் எது என்று தெரியவில்லை....? தெரிந்துவிட்டால்.?

அன்று தேடலும் இல்லை ......

அவள் அழகு பொய்யில் மெயில் புதைந்தவனோ நான் ஏனோ....?

அவளை வர்ணித்து

•••

பெண்ணே உன் சிந்தனையில் நான் விழுந்தேன்
கண்ணே..?

பெண்ணே நிலா முகமோ ..?
பூக்களும் பூக்காமல் உன்னை கண்டு வாடிடுமோ ...?

கார்மேக கூந்தலோ ..?
மேகத்தையும் மறைத்து விடும் உன் கூந்தலை பார்த்தால்
....?

உன்னை ஆபரணங்களால் அழகு படுத்தினாலும்
ஆபரணங்களுக்கே அழகு தேவைப்படுகிறது ...கண்ணே

உன் விழிக்கும் என் கண்விழிக்கும் என்ன சம்பந்தம்
ஈர்ப்பு விசை அதிகமோ...?

கோவை உதடோ ஆரஞ்சு உதடு ..எதைக் கூறுவது

ஆப்பிள் கனி கன்னம் மாங்கனி கிண்ணம்
...??கண்ணீரில் நனைந்திடும் என் எண்ணம்

கிளி அழகும் மயில் அழகும் உன்னிடம் போட்டி
போடுகிறதா இல்லை வெட்கத்தில் தலை குனிகிறதா
..??

செம்மொழியும் பழமொழியும் உனக்கா? உன் மொழி
கேட்டால் வாயடைத்து பார்ப்பேன்

அகிலத்தில் இல்லை உன்னை போல் ஒரு பிறவி நீயோ
இவ்வுலகுக்கு அதிசய பிறவி ..

நானும் இதை எழுதிய ஒரு கானம் குருவி ...

வானவில்

• • •

ஒளிக்கும் ஒளிக்கும் பல வண்ணம் திகைக்கும்

ஒருவேளை வான் உலகத்தில் கோலி பண்டிகை
கொண்டாடுகிறார்களோ ...?

வான் மேகத்திலும் கட்சி ஆரம்பித்து விட்டார்களோ
என்று நினைக்கிறேன்

சீதையை மணக்க ராமன் வில்லை வளைத்தது போல்
வானுலகத்தில் எந்த பெண்ணை பூமியில் மன்னவன்
மணக்க பிரகாசிக்கிறாயோ ..?

மழை வர அலங்கார தோரணமே நீ தினம் தூரணமே..?

பள்ளியில் பயிலும் போது பாடத்தில் கண்டேன்
...?அதை நேரிலும் கண்டேன் நான் சித்திரம்
படைத்தேன்

வான் மழையில் மங்கை காய போட்ட வண்ண சேலை?
போல்

மேகச்சுவரில் ஒலிக்கதிர் சூரியன் வரைந்த வண்ண
ஓவியமோ ..

கண்களின் கலைச்சாரமோ....

மரத்தின் குறுங்கவிதை

* * *

வீடுகள் தோறும் மரங்கள் இருக்கிறது மரப்பொருளாக...

மரத்தை வெட்டி மழை வேண்டி வணங்குகின்றன

மரத்திலிருந்து திருட முடியவில்லை நிழலை

ஒரு நாள் கூத்துக்கு எடுத்து விடுகின்றனர் மரங்களை

பல வண்ணங்களின் கிண்ணமாக மர சிற்பங்கள்....

பல மலைகளின் சின்னமாக மரத்தின் நிலைகள்

காடுகளின் கார்மேக போர்வை அதை அழித்து விட்டு
உனக்கென்ன வேர்வை ...

விலை போகும் மரம் காலப்போக்கில் தினம்

நீ தானடி

* * *

நான் எழுதிய முதல் கவியும் நீ தானடி..!

தவம் செய்யாமல் உன்னை பார்த்த வரம் இதுதானடி ...!

கடலில் முழுகாமல் நான் எடுத்த முத்து நீ தானடி ..!

எழுதாமலே என்னை எழுத வைத்த கவிதையும்
நீதானடி..!

வரையாமலே நான் ரசித்த ஓவியம் நீ தானடி ..!

பூச்செடி வளர்க்காமல் பூப்பறிக்க வைத்த பூவும் நீ
தானடி....!

கோவில் செல்லாமல் கனவு காணும் தெய்வம் நீ
தானடி..!

உதவி செய்ய மனம் தழுவிய உணர்வும் நீதானடி....!

செதுக்காமல் நான் வாங்கிய செப்பு சிலையும் நீ
தானடி..!

என்னை மறக்க வைத்த மர்மம் நீ தானடி..!

கடவுளால் கிடைத்த கருவூலம் நீ தானடி ..!

தோல்வியில் கூட வெற்றி கிடைத்தது போல் சொர்க்கம்
காட்டியதும் நீதானடி....!

நான் விரும்பிய முதல் இதயமும் நீ தானடி.....!

காதலில் வயப்பட கண்கள் காட்டிய காதலியும் நீ
தானடி..!

கடிகாரம்

• • •

கடிகாரத்தில் நேரத்தை பார்த்தவர்களே..!
அதில் உள்ள நேர்த்தியை பார்த்தீர்களா..!

மணி முள் கணவனாகவும் நிமிட முள் மனைவியாகும்
நொடி முள் பிள்ளைகளாகவும் கண்ணாடி பெட்டி அதன்
வீடு காலம் காட்டுவதே அதன் தொழில் ....அற்புதம்
என்ன ஒரு அழகான குடும்பம் இது

மனிதன் வாழ்வில் இதுபோல் நடக்குமா ..!

அன்று உழைப்பதற்காக கண்டுபிடிக்கப்பட்டது இன்று
பலர் உண்பதற்காக உறங்குவதற்காக பயன்படுகிறது ....?

கடிகாரம் என்பது வெறும் இயந்திரம் அல்ல அது
காலத்தின் நிஜம் மனிதனால் உருவாக்கப்பட்டது ...

கடிகாரத்தின் ஒலியை கூட மனித இதய ஒலிக்கு நிகராக
டக் டக் என்று சமப்படுத்தினான்

நம் உழைப்பிற்கு நிகரான ஒலி...

வீட்டில் ஒன்றுக்கு இரண்டு இருந்தாலும் எங்களுக்கு
வரவே இல்லை உன்னுடைய கடமை உணர்வு ...

சோம்பேறிகள் வீட்டில் நீ இருந்தாலும் உன் சுயத்தை
இழந்ததே இல்லை அதை கொஞ்சம் எங்களுக்கு
சொல்லி கொடுக்கிறாயா? தெய்வமே

காலையில் எழுப்பி விடு என்று உன்னிடம் கூறிவிட்டு
கண் உறங்கி விழிக்கும் நேரத்தையும் விரிவுபடுத்தும் நீ
அற்புதமே

இன்று நீ கையில் கட்டி இருந்தாலும் நாங்கள் அவிழ்த்து தான் விடுகிறோம் ஆனால் உட்கார்ந்து கொண்டே இருக்கிறோம்

உன்னை உலகம் ஆளுகிறதா இல்லை உலகே நீ ஆள்கிறாயா என்று எனக்கே ஒரு சந்தேகம் ...

விடிவது விடியல் பொழுது மறைவது மாலை பொழுதில் நீ இருப்பது நல்ல நிகழ்வு

பொறாமை என்ற குணம்

• • •

நம்மிடமே இருந்து குழியை பறிக்கும் கடப்பாரை...

தவறான வழிக்கு அழைத்துச் செல்லும் நிர்மூடன்...

நம் நிம்மதியே நம்மாலே?அளிக்க வைக்கும்
கொலைகாரன்...

முதுகில் குத்தி பார்க்கும் மிகப்பெரிய கோழை...

பாவங்களை மட்டுமே சேமித்து வைக்கும் நிழல்
அறை...

மனிதத் தன்மையை மிருகத்தன்மையாக மாற்றும்
போராளி...

நிம்மதியை கொஞ்சம் கொஞ்சமாக அரித்து எடுக்கும்
கரையான்..

ஆட்கொண்ட அவனையே கொஞ்சம் கொஞ்சமாக
கொல்லும் கொடிய வீரியம் பாய்ந்த விஷம்..

இந்த வாழ்க்கை ஒரு மாஞ்சோலை இது சின்ன
பின்னமாகும்

பெரும் நோய்...

கருணை உள்ளம்

• • •

மனிதனுக்கு மனிதனால் வாழும் உள்ள கோவில் கருணை

உண்மையான அன்புள்ள மனிதர்களை உறுதிப்படுத்தும் நித்திரை கருணை

கஷ்டத்தில் வாழ்பவர்களுக்கும் கைமாறு கருதா உதவி செய்யும் கர்ணன் கருணை

இதில் நல்லவன் என்ற பட்டத்தை வழங்கும் கழகம் கருணை

தனக்கென்று எதையும் வைத்துக் கொள்ளாமல் உதவும் மனப்பான்மை கருணை

தவம் செய்யாமல் முடிந்தவரை வரம் கொடுக்கும் தெய்வம் கருணை

மனிதர்களின் மனதிற்கு சூழப்பட்டு இருக்கும் மணிமகுடம் கருணை

மனிதன் தன்னை அடைவதற்கு கடவுள் மனிதன் குள்ளயே குடியிருக்கும் ரகசிய அறை கருணை

அனைவருக்கும் ஆறுதல் சொல்லும் அற்புதம் கருணை

வாழ்வில் முடிந்தவரை மற்றவர்களை மகிழ்ச்சியாக வைக்கும் மனதிற்கும் உள்ளே இருக்கும் பாதை கருணை

எல்லாம் படைத்தவன் சித்தம் என்று நித்தமும் உதவி செய்யும் மனம் உள்ளவன் உள்ளமும் கருணை

மனிதன் மனிதனாக வாழ போராடும் போராளிகள்
உள்ளமும் தினம் பாடும் கருணை உள்ளம்

ஏற்றத்தாழ்விலா எண்ணம் நிறைந்தவர்களே!! கருணை
உள்ளம் கொண்டவர்களே!!

இறக்கும் பொழுது புண்ணியங்களை எடுத்துச் செல்லும்
சவப்பெட்டி கருணை

அனைவரும் கருணை கொள்வோம்!!
காலம் வெல்வோம்!!

என் எண்ணம்

• • •

எண்ணம் போல் வாழ்க்கை வாழ்க்கையில் நீ
நிகழ்த்துவது மீண்டும் உனக்கே நிகழும்

வெற்றி மாலையை விரும்பும் நீ போர்க்களத்தை
விற்கலாமா ...?

புத்தகங்களை எழுத ஆசைப்படும் நீ போட்டியை
அலட்சியப்படுத்தலாமா ...?

எண்ணங்களை நேர்த்தியாக சில அடிகளை படலாமே...?

எழுதுவதற்கும் எழுத்துக்கும் பெருமைப்படும் நீ
விழுவதற்கு வெட்கப்படலாமா ...?

சாதனை சந்திக்க துடிக்கும் நீ வேதனை வட்டத்திற்குள்
முடங்கலாமா ...?

உழைப்பு கடினம் என்பதற்காக வியர்வையை சிந்தாமல்
இருக்கலாமா ...?

உதறிவிட்டவனை நினைத்து நினைத்து அடுத்த
கட்டத்தை தொடங்காமல் இருக்கலாமா ..?

கைத்தட்டளை பார்க்க நீ கைகட்டி நிற்கலாமா..?

முயற்சி எடுத்துக் கொண்டே இருந்து வெற்றி இல்லை
என்று கவலைப்படலாமா ....?

காயங்கள் ஆறுவதற்கு நாளாகும் என்று நீ உறங்கிக்
கொண்டு இருக்கலாமா ...?

பேசியவனும் வாசித்தவனும் நிமிர்ந்து பார்க்க நீ வாழ வேண்டாமா…?

காலத்தை வெல்ல நினைக்கும் நீ சோகத்தில் மூழ்கிக் கிடக்கலாமா…?

தடைகளை தகர்த்து எறிந்து? உன் பாதை வகு....

எழுந்து வா இளைஞனே காலங்கள் நம் கையில் ....இருக்கும் வரை போராடி பார்ப்போம் இதுவும் ஒரு உல்லாச பயணமே ......

தாவரத்தின் தன்மை

• • •

தாவரங்கள் வளங்களில் சிறந்த நிலங்கள்

பசுமை நிறம் என்னும் சீருடை

உலகம் முழுவதும் ஆளும் பேர் நிலை

பூமியை குழுமையாக்கி வெப்பத்தை தடுக்கும்
காவலன்

பூமிக்கு இவன் தான் உயிர் சுவாசகன்

எதையும் சார்ந்து வாழாமல் சுயமாக வாழும்
தன்னலமற்றவன்

ஆக்சிஜனை உற்பத்தி செய்யும் தொழிற்சாலை

தன் உயிர் மறையும் வரை பூ காய் கனி இலை தலை
மூலிகை தரும் மருத்துவன்

இருந்தும் விறகு சறுகு தரும் நெருப்பன்

இருந்தாலும் ஆயிரம் பொன்
இறந்தாலும் ஆயிரம் பொன்

இரண்டு கைகள் இருந்தும் கொள்ளை அடிக்கும்
விரோதிகள்
ஆற்று மணலையும் ஊற்று மணலையும் கொள்ளை
அடிப்பதை தடுக்க முடியவில்லை

ஆனால் பெருங்காற்று வெள்ளம் அடித்து ஒரு பிடி
மண்ணைக் கூட அள்ளி அடித்துக் கூட செல்ல
முடியாமல் வேர்களால் தடுத்து வெற்றிக்கொள்ளும்
வனமகன்

இயற்கை அன்னை அங்கும் இங்கும் எங்கும் கட்டி வைத்திருக்கும் நிழல் கூடங்கள் என்றென்றும்

ஆம் விலங்குகளுக்கும் பறவைகளுக்கும் பூச்சிகளுக்கும் அனைத்து உயிர்களுக்கும் எளிமையாக வாழும் ஏழைகளுக்கும் வாடகை வாங்காத ஒரே வள்ளல்

இவைகள் பூமி எங்கும் கிளைகள் வைத்திருக்கும் சித்த மருத்துவ சாலையும் கூட

தலைமுறையை தாங்கும் தாவரங்களை நாம் தாங்குவோம் வருங்கால தலைமுறைகளை தாவாரம் தாங்கும்

தாவர வளங்களை பாதுகாப்போம் யோசிப்போம் நேசிப்போம்....

என் மொழி நயம்

• • •

நடப்பதும் நடந்து முடிந்ததும் நடக்கப் போவதும்

நல்ல நேரம் கெட்ட நேரம் என்பதெல்லாம் ஏட்டில் தான் ..காலத்தில் இல்லை

இங்கு பகுத்தறிவு இருப்பதால் நாம் மனிதனாகி விட முடியாது அதனை பயன்படுத்தம் போது மட்டுமே மனிதனாக முடியும்

நாம் செய்ய போகும் செயலை செய்தால் தவறாகி விடும் என்று இருப்பது தான் தவறுகளிலே மிகப்பெரிய தவறு...

உன்னை போல் உள்ள ஒவ்வொரு உயிரையும் நீ நேசி இறைவன் உன்னை நேசிப்பான் ....

காலம் நம் கடமையிலும் கண்ணியத்திலும் தான் நம்மளை அழைத்துச் செல்கிறது

அதை தாங்கும் தூண்களாக தான் நாம் சில காலம் வரை நீடித்திருப்போம்

இதில் வெற்றி தோல்வி போட்டி பொறாமை போன்ற பல பிரச்சனைகளை சந்திக்கும் ஒவ்வொரு தருணமும் நரகத்திற்கு இணையானது

இங்கு எல்லாம் எல்லோருக்கும் சமம் ஆனால் அதை அறியாத சில மனம்

நீ வாழ்க்கையில் வசதியில் இல்லை நீ வாழ்ந்த நாட்களில் இருக்கிறது

உதவி செய்வோம்

வா நீ வா அற்புதமே

• • •

விண்ணை பிளக்கும் ஒலி.ஒளி.ஒன்று

சத்தத்தில் மிரளும் ஊர் அன்று

இரவு முழுவதும் குளத்தின் நடுவே நிலா

வெளியில் மழை சன்னலில் சாரல் நிலை

ரசிக்கும் மனதின் நிலை

என் கிராமம் எனக்கே தெரியவில்லை பனிமூட்டம்

என்ன சத்தம் தவளையின் முத்தம்

என்ன துணிச்சல் என் வீட்டுக்குள் ஒரு பட்டாம்பூச்சி

என்ன ஆச்சரியம் அற்புத வெளிச்சம் ஒன்று மின்மினி பூச்சிகள்

ஊரும் ஊர்வனமே கிட்டே வராதே எனக்கு பயமா இருக்கு

நீரோடை சத்தம் தூங்க முடியவில்லை

ஆஹா எப்பொழுது விடியும் ....

வியர்வை

• • •

உழைப்பவர்களின் உடலையும் உள்ளத்தையும்
அலங்கரிக்கும் மிகப்பெரிய ஆபரணம்

உழைப்பவர்களின் உடலில் மணமாகவும் உழைக்க
மறுத்து முதலாளியாக இருக்கும் உடலில் நாற்றமாகவும்
இருப்பதன் மகிமை என்னவோ..

சிந்தும் ஒவ்வொரு துளிகளிலும் தன் ரத்தத்தையும்
சேர்த்து சிந்துகிறான் உழைப்பவன்

வியர்வைத் துளிகள் வெற்று உடம்பில் உருண்டு
ஓடுவது அபூர்வம் ஆனால் உழைப்பவனுக்கு ஓடுவது
சுயரூபம்

வெந்து தணிந்தாலும் சலிப்பதில்லை எங்கள் வேர்வை
துளிகள் எங்களை பொழிவு படுத்துகிறது

நாங்கள் உப்புக்கு அலைவதில்லை உணவிற்கும் அதை
எடுத்துக் கொள்வதில்லை

வியர்வைத் துளிகளின் ரகசியத்தை அனுபவத்திற்கு
மட்டும் தெரியும் அந்த சுகத்திற்கு முன்னால் கன்னிப்
பெண்ணின் கை தீண்டலும் தோற்றுப் போகும்
என்பது...!!

இளமையில் வியர்வைத் துளிகளை சேமிப்பவன்
முதுமையில் கண்ணீர் துளிகளை செலவாக்குகிறான்

உழைப்பவர்களுக்கு கதிரவன் வெப்பம் தாளாமல்
ஆன்மா தவிக்கும் போது.. உடல் அன்னை
வேர்வையால் குளிப்பாட்டி விடுகிறாள்...

இதை அதிகம் செலவு செய்பவர்களே ஆரோக்கியமாக இருக்கிறார்

உடல் கடலில் மூழ்கி இருக்கும் முத்துக்கள் இதில் குளிப்பவருக்கு பெரும் புகழும் வாய்ப்பு வசதியும் வாசல் தேடி வரும் முத்துக்களாக ....

இங்க வியர்வை நீரை நன்னீர் ஆக்குவதும் பன்னீராக்குவதும் அவரவர் கையில் தான் இருக்கிறது

காலங்கள் மாற மாற உழைப்பு என்ற சொல் உறுகுலைந்து போகிறது ...

நண்பர்கள்

• • •

அனைவரிடமும் மனம் விட்டு சிரிக்கலாம் ஆனால் நண்பர்களிடம் மட்டும் தான் மனம் விட்டு அழ முடியும்..!

தாய் தந்தையிடம் சொல்ல முடியாத விவாதங்களை நண்பர்களிடம் கலந்து யோசிக்கலாம்

கடவுளின் கைப்பிடி நண்பனின் உயிர் பிடி

சிறந்த நண்பன் மேல அன்பு என்றும் மறையாது ..?

துன்பம் வேதனை கஷ்டம் சோகம் கவலை மறந்து அவனின் ஆறுதல் சற்று தாங்கும்

பணம் கூட பக்கத்தில் இருந்து வேடிக்கைதான் பார்க்கும் சிறந்த நண்பன் தான் அன்போடு பார்ப்பான் அன்று ...

சொர்க்கத்தை பார்க்க வேண்டுமா சிறந்த நண்பனை தேடி போங்கள் சொர்க்கம் உங்களைத் தேடி வரும்

அடித்தாலும் அடுத்த நொடி கண்ணீரைத் துடித்து விடுபவன் தான் நல்ல நண்பன்

கோபம் கொண்டாலும் கொஞ்ச நேரத்தை தானாகவே வந்து பேசுவான் தான் சிறந்த நண்பன்

யாருக்காகவும் விட்டுக் கொடுக்காதவன் தான் நல்ல நண்பன் எதற்காக விட்டுப் போகாதவன் தான் சிறந்த நண்பன்

முயற்சியால் முடியாத அந்த ஒன்று கூட சிறந்த நண்பன் அன்று முடியும்

முகநக நட்பது நட்பு நெஞ்சத் தகனக நட்பது நட்பு ..?குறல்

அதன் அடிப்படை விளக்கும் அன்றைய சினேகிதம்

இன்று

* * *

முகநக நட்பது நட்பு நெஞ்சத்து
நாசமாகி போகும் நட்பு

இங்க நல்லவன் போல் இருந்தாலும் நடிப்பான்
கெட்டவன் போல் இருந்தாலும் நடிப்பான்...

இவன் தான் என் நண்பன் என்று சொல்ல முடியாத
பாவனைகளை பரிசளிப்பான்

நட்புக்கு எழுத்து முடிந்து விட்டது நடுத்தெருவில்
நிற்பதற்கு எழுத தொடங்கி விட்டது

காலத்தின் தாகமும் வேகமும் ஒருவனை மாற்றி
விடுகிறது. இன்று

அவன் எப்பொழுது எப்படி மாறுவான் என்று அவன்
நண்பனுக்கே தெரியாது

நல்லவனும் கூட தான்??திருடனும் கூட தான் இதில்
யார் நல்ல நண்பன் என்று தெரியவில்லை

நட்பு என்ற சொல் தப்பு என்று ஆகிவிட்டது இன்றைய
காலகட்டத்தில்

ஆனால் இங்கு சிறந்த நண்பன் நானாக விளங்குவது
சிறப்பு அது தனி பிறப்பு ....

நல்ல நண்பனாக வாழ்வோம் ...அனைவரையும்
சேமிப்போம் ..

நான்கு பேர் நல்லவனாக இருப்பது பெரிதல்ல
.....?அவர்கள் நல்லவனாக இருப்பதே பெரிது

அம்மாவின் வீட்டு ரகசிய அறை

* * *

அம்மாவின் வாழ்நாள் அலுவலகம் வீடு

அதில் அப்பா பிள்ளைகளின் உணவகம்

பெயரில்லா சித்த வைத்தியசாலை நித்தமும்

அம்மாவின் சிறுசேமிப்பு கிடங்கு ...கடுகு டப்பா உப்பு டப்பா அண்டா குண்டா

அம்மாவின் கண்ணீர் துளிகளையும் பத்திரப்படுத்தும் ரகசிய அறை வீட்டு சமையலறை

அம்மாவின் இன்ப துன்பங்களுக்கு அதிகம் பங்கு கொண்டது அப்பா தான் அளவில்லா பாசத்துடனும் நேசத்துடனும் வீட்டு அறையில் ..

அம்மாவுக்கும் சமையலறைக்கும் அடையாளம்? பிறப்புக்கும் இறப்புக்கும் சம்பந்தம் உள்ளது போல்

சமையலறைக்குச் சென்றவுடன் வீசுமா அம்மாவின் கை வாசம் ....?

பிள்ளைகளுக்கு கடவுச்சொல் இல்லாமல் காசு கொடுக்கும் ஏடிஎம் இயந்திரம் பணம் காலியாகும் வரை அள்ளிக் கொடுக்கும்

விலை இல்லாத இன்னொரு கோவில் தான் சமையலறை அம்மாவிற்கு ..?

அம்மா கடைசி வரை சமையல் அறை ரசிப்பது தான்
கடவுளின் படைப்பில் இன்னொரு அதிசயம்

மனதில் மட்டும் ஒரு கேள்வி?

நீண்டு கொண்டே இருக்கிறது அம்மா அப்பாவோடு
அதிக நாள் வாழ்ந்தாரா சமையல் அறையோடு அதிக
நாள் வாழ்ந்தாரா என்று

எங்கு வாழ்ந்தாலும் மனம் என்பது ஒன்றுதானே
அம்மாவிற்கு ......

கடல்

• • •

பூமியில் நான்கு புறமும் ஆட்சிக் கொள்ளும் அற்புத களஞ்சியமே

இந்த உலகில் முதல் உயிரைப் பெற்றெடுத்த முதல் அன்னையே கடல் திண்ணையே...

உலகம் கடலுக்கு வெளியே இருப்பது அனைவருக்கும் தெரியும் ஆனால் கடலுக்குள் இருக்கும் உலகம் எத்தனை பேருக்கு தெரியும் ..."

கடலில் அலையோடு அலை மோதும் கவிஞனாக ..!

கன்னி கடற்கரைக்கு வரும் எந்த ஆண்மகனை காதலித்தாளோ ...?

அடிக்கடி அனுப்பி வைக்கிறாள் அலையிடம் தூது சொல்லி கடல் ...

கடலில் கலைகளுக்கு பஞ்சம் இல்லை கற்பனைக்கும் கொஞ்சம் இல்லை

குடும்பத்துக்கு மட்டுமல்ல உலகத்திற்கே உணவு அளிக்கும் கடல் களஞ்சியமே ...

ஒரு நாட்டின் மேற்கூரையே.! இதனால் தான் தூக்கி நிறுத்தப்படுகிறது..!

இங்கு புழு முதல் பறவை வரை மீன் முதல் திமிங்கலம் வரை பணி முதல் எரிமலை வரை முத்துக்கள் குலுங்கும் பூந்தோட்டம் பவளங்களின் கடல் கோட்டம்

கட்டுமரம் முதல் கப்பல் வரை நிறைந்து இருக்கும் அருங்காட்சியகம்....!

மேகங்களை சத்தம் போட்டு உற்பத்தி செய்யும் தொழிற்சாலை கண்டங்களை இணைக்கும் மிகப்பெரிய பாலம்

சீற்றம் வராத வரை தான் சீதை போல் அமைதி காக்கும் சீற்றம் வந்து விட்டால் கண்ணகி போல் பொங்கி எழுந்து விடும் பிறகு அழித்துவிடும்

தன்னை நோக்கி ஓடிப் வரும் அனைத்து நதிகளுக்கும் கொடை வள்ளல் இவள்

கடல் நீரில் உப்போ நாம் செய்யும் தப்போ அதை விட்டுவிட்டு கடல் உயிரினங்களை பாதுகாத்தால் தான் நிலைமை மாறும்

இங்கு பணிமலை உருகுவதால் மட்டும் கடல் நீர் மட்டும் உயர்வதில்லை சில குடும்பங்களின் கண்ணீர் ஆளும் உயர்ந்து கொண்டிருக்கிறது தினம் தினம்

உப்பிட்டவரை உள்ளவும் நினை என்று உன் முன்னோர்கள் சொன்னார்கள்? அதை உண்ணும் போது கூட நினைப்பதில்லை கடலை பற்றி

கடலை ரசிக்க மட்டும் செய்கின்ற நாம் இனியாவது கடலை நேசிப்போம்

கடல் வாழ் உயிரினங்களை பாதுகாப்போம்

கடற்கரைக்குச் சென்று சுவாசம் கொள்வோம் ..அங்கு தூய்மை வெல்வோம்

கடலும் கண்ணீர் வடிக்கிறது இன்று

இன்றைய ஆடை உலகம்

* * *

கந்தளானாலும் கசக்கி கட்டு..என்றது அன்றைய மொழி

இன்று தான் புது மொழி

அன்று கிழிந்த ஆடைகளை மறைத்து தைத்து அணிவர்

அன்று உடல்களை மறைப்பதற்காக ஆடைகள்
அணியப்பட்டது இன்று உடல்களை
காட்டுவதற்காகவே ஆடைகள் தயாரிக்கப்படுகிறது

ஆள் பாதி ஆடை பாதி என்பார்கள் இன்று... ஆள் பாதி
ஆபாச மீதி ..

நேற்று மேலாடை பாதியாடையானது இன்று
உள்ளாடையை மேலாடையானது நாளை
அவ்வண்ணமே ஆடையாகுமோ ...?

ஆடையில் அழகை மட்டுமே தேடுகின்றனர் இன்றைய
இளைஞர்கள் இளம் பெண்கள்

ஆடைகள் உடலை மறைப்பது மட்டுமல்ல அதுதான்
நம் மான பெரிது ..பாரம்பரியத்தின் சன்மானம் அது

நம் நாட்டைப் பொறுத்தவரை ஆடை என்பது வெறும்
துணி அல்ல

நம் நாட்டை உலக அரங்கில் தூக்கி நிறுத்தும் தூண்

அன்று கோமணம் இன்று அதுவே பலருக்கு மெய்
மனம்

துணிகள் நம் மானத்தை மறைப்பதற்காக அணியப்படும் அணிகலன்கள்

அதை காட்டுவதற்காக அணிய வேண்டும் என்றால் நீ அணியவே தேவையில்லை

அன்று துணி இன்று பலருக்கு அது பிணி

தந்தை

• • •

அம்மாவைப் பற்றி பேசிய அளவிற்கு கவிதைகள்
அப்பாவை பற்றி பேசவில்லை ...ஒருவேளை

அப்பாவை கவிதைக்குள் அடக்க முடியாது
என்பதனாலோ....?

அப்பா என்றுமே கசப்பு சுவை தான் ஆனால் வருங்கால
நம் இனிப்பு சுவை தான்...

குடும்ப பாரத்தை சுமந்து நிற்கும் தூணாக அல்ல
,.பிள்ளைகளின் வாழ்க்கையில் தேராக...

ஒரு வடிவம் குடும்பம் என்ற மரத்தில் பூ காய் கனி
எல்லாம் உருவாக காரணமாக இருந்தாலும் எந்த
எதிர்பார்ப்பும் இல்லாமல் கடமையே தான் உரிமை
என்று தவறாமல் செய்யும் வேர்தான்- அப்பா

அம்மாவின் பாசம் கண்ணீரில் தெரியும் ஆனால்
அப்பாவின் பாசம் வியர்வை துளியில் தான் தெரியும்...

பெரும்பாலான மகள்களின் பார்வையில் அப்பா
என்றுமே ஹீரோ தான்

?ஆனால்

மகன்களின் பார்வையில் வில்லன் தான் அப்பா

ஆனால் அவர்கள் தான் வாழ்க்கையின் கடவுள் என்று
நமக்கு தெரியாது இன்று

அப்பா குடும்ப கஷ்டத்தை கண்ணில் காட்டுவதில்லை?
தன் உழைப்பின் வழியில் காட்டுவார் ...

வர்ணிக்க வார்த்தையே இல்லை பிரபஞ்சம்
விண்மீன்கள் காற்று நிலம் நீர் ஆகாயம் இவகையில்
கடந்து நம்மை காக்கும் கடவுளே அப்பா ...

தந்தையின் கோபத்தை பார்க்காதே ....?
அவரின் சோகத்தை பார்...?

வலிகளோடும் வாழ்கிறார்?கண்ணீர் வரிகளோடு?
வாழ்கிறார்?

வலி வாழ்க்கை மனம் வேட்கை வருங்காலம்
அனைத்தும் அப்பாவே அவருக்காக அல்ல தன்
பிள்ளைகளுக்காக என்றென்றும் ....--
அவர் தனக்குள்ளே தன்னை வருத்திக் கொள்கிறார்

மணி வேல் போல்!" அல்லி மலர் போல்!"

காக்கும் கடவுளாக என்றென்றும் மறைந்தாலும்
மண்ணுக்கு சென்றாலும்...அப்பா ..அப்பா ....

அடிபணிந்து என் வரிகளுடன்

மௌனம்நிதானம் தரும்

* * *

அமைதியின் இருப்பிடம் அறிவியலில் அது பிறப்பிடம்

நாம் பேசும் பேச்சுகளை விட மௌனம் பேசும் மொழி நடையே அதிகம்

எதையும் தாங்கிக் கொள்ள ஒரு சமநிலை மனம் வேண்டும் அதற்கு மௌனநிலையே சிறந்த மாமருந்து..

மனம் ஞானம் பெற அமரும் போதிமரம்...

கோபத்தில் வரும் தண்டனைகளை குறைக்கும் அதிகபட்ச நிலைகளின் மா தளம்

இதழ்களின் ஓய்வு நேரம் உறக்கத்தில் தூய்மை காலம்

மொழிபெயர்க்க முடியாத ஒரு மொழி வார்த்தைகளால் விவரிக்க முடியாத ஒரு சொல்

தமிழ் சொல் மலர விட மென்மையானது மௌனம் வலிமையானது ..!

கண்ணீர் தினம் தினம்

* * *

வாழ்க்கையில் கண்ணீர் என்பது தான் நமது முதல்? நீராக அமைகிறது

வலியால் பெற்றெடுத்த குழந்தை

விழி விண்மீன்கள் நீந்தும் குளங்கள்

இங்கு கடல் நீரை போல் கண்ணீரும் வற்றிப் போகாததால் தான் உப்பு கரிக்கிறது...? என்னவோ

கல் மனதையும் கண் கலங்க வைக்கும் ராஜமருந்து-- கண்ணீர்

ஆனந்தத்திற்கும் வரும் சோகத்திற்கும் வரும் நல்ல தோழனாக ...!

மனம் வெந்து தவிக்கும் போதும் ரத்த துளிகளாக முதலில் வருவது கண்ணீர் ..

கவலை இன்பம் துயரம் சோகம் துக்கம் வெட்கம் எடை போடும்?

ஆனால் பெண்கள் ஆண்களை எளிதில் வெல்வதற்காக பயன்படுத்தும் ஒரே ஆயுதம் ....கண்ணீர்

தினம் தினம் ஒவ்வொருவரின் வழி நிறைந்த வாழ்க்கையிலும் சரி வாழ்விலும் சரி கண்ணீர்

சில பொய் நீர் ,,!
அது மெய் நீர்,,!

இரத்த தானம்

• • •

தானங்களில் சிறந்தது பொன் பொருள் மருந்து செல்வம் அறிவு

அதனின் சிறந்தது அன்னதானம் ......
அதிலும் சிறந்தது கண் தானம்......
அதிலும் சிறந்தது தான் உயிர் இரத்த தானம்.....!

பேரழிவுகளின் போதும் பேர் ஆபத்துகளின் போதும்
நன்கொடை கூட கொடுக்காத தேசத்தில் ...?

குருதியைக் கொடுக்கும் சில நல்ல உள்ளங்களே...!
நாட்டின் செல்லங்களே ....!

சங்ககாலத்தில் கொடை வள்ளல் இருந்தது
ஆனால் அது பெரிதல்ல...இன்றைய காலத்தில் குருதி
கொடை வள்ளல் இருப்பதுதான் பெரிது ...

ஏதோ ஒரு தருணத்தில் ஏதோ ஒரு நேரத்தில் சாலையில்
விபத்துக்குள்ளாகும் ஒவ்வொரு மனிதருக்கும்
ரத்ததானம் செய்யும் ஒவ்வொரு மனிதனும் சிறந்த
கடவுளே அன்று .....

அப்படி அந்த உதவி செய்யாமல் போயிருந்தால்
எத்தனை உயிர்கள் சமாதியாக ...!

அறுவை சிகிச்சிற்கும் அன்னை பிள்ளையை பெற்று
எடுப்பதற்கும் அன்று குருதி கிடைக்காமல்
இருந்திருந்தால்? அந்தக் குடும்பம் அழிந்திருக்கும்
...குருதி காத்த குடிமகனுக்கு நன்றி

அடுத்தவர்களுக்கு ஒரு ரூபாய் கொடுக்க ஓர் ஆயிரம் முறை யோசிக்கும் நாம் ஏதோ ஒரு தருணத்தில் உதிரத்தை கொடுக்கும் மா கடவுளாக இருந்திருக்கிறோம்..

இந்த உலகில் குருதி தான் ஒன்றுபட்ட ஜாதி

ஆம் எந்த ஏற்றத்தாழ்வும் இல்லாமல் ஜாதி மதங்களைக் கடந்து ஏற்றுக்கொள்வதே குருதி ....!

பல திருமணங்களில் திருப்பங்கள் உண்டு

ஆனால் இந்த கலப்புத் திருமணத்தில்? தான் குருதி உண்டு ஒன்று பட ....!

செய்பவரை மரியாதை செய்வோம் ....?. ரத்தம் இன்றி உயிர் போவதை தடுப்போம் .....?

அனைவரும் இரத்த தானம் செய்வோம்..!
அனைவரையும் முடிந்த அளவு காப்பாற்றுவோம்,,,,"

செய்தித்தாள்

* * *

அன்று அனைத்தையும் ஏதோ ஒரு கிராமத்திலிருந்து
உலக நிகழ்வுகளையும் உள்ளூர் நிகழ்வுகளையும் ஏதோ
ஒரு தருணத்தில் அறிந்து கொள்வதாக அமைந்த சிறந்த
தாழ் செய்தித்தாள்..?

அன்று மக்களின் பாதிப்புகளையும்
போராட்டங்களையும் பற்றி செய்தியாக ஒளிபரப்பாகும்
செய்தித்தாள்,,!

இன்று ரசிப்பதையும் சுவைப்பதையும் நடிப்பதையும்
அலங்காரத்தையும் ஆடையின்றி விற்பதையும்
விளம்பரத்துக்காக இல்ல விற்பனையாக செய்தித்தாள்
பொழிகிறது பொய் மழையாய் ..!

திருடு போனவனையும் திருடுபவனை விட்டுவிட்டு
பல அப்பாவிகளையும் தன் நிகழ்வு வளம் பெற
என்னென்ன பொய் சூழ்ச்சியில் பலதரப்பட்ட
விளம்பரங்கள் செய்தித்தாளாக ..!

இன்று நாளிதழ்கள் தினமும் வெளிவருகிறது ரத்த
கரையோடு ...

மேலாடை இல்லாத சினிமா நடிகைகளை வார
பத்திரிக்கையாக மேலாடையாக முன்பக்கத்தில் முகம்
சுளிக்க வைக்கிறது ...

யானை காட்டில் இருக்கும் வரை மதம் பிடிக்காமல்
தான் இருந்தது .....பிறகு ரோட்டுக்கு வந்து விட்டால்
அது போல தான் செய்தித்தாளும் ...

நாம் கற்றுக்கொள்வது சரியாக இருந்தால்தானே
நடைமுறையும் சரியாக அமையும்

நம் கற்றுக்கொள்வதும் அறிந்து கொள்வதும் காட்சியாக அமைத்து நம்மை கெடுக்க வைப்பது இதுதான்

கவர்ச்சியால் பல மனங்கள் மறுத்தும் மருத்தும் போகிறது இந்த காட்சிகளால் ...

இன்று காலம் தலைகீழாக காட்சிகளும் பலவிதமாக ....செய்தித்தாள் மட்டுமல்ல படத்தாலும் கூட

இதழில் முத்தம்

* * *

இதழ்களால் மீண்டும் மீண்டும் எழுதப்படும் கவி முத்தம்

அன்பு என்னும் துறைமுகத்தை அடையாளம் காட்டும் கலங்கரை விளக்கமாக பிரகாசிக்கும் பல வண்ணங்களில்

எச்சில் நீரை கூட புனிதமாக்கும் புண்ணிய இதழின் தளம்

இதயத்தையும் இதழ் வழியாக இடமாற்றும் அற்புத கலை அது இதழின் நிலை

பணத்தால் பொன்னால் பொருளால் தீர்க்க முடியாத மன அழுத்தத்தை பாசத்தினால் கொடுக்கும் ஒரு முத்தத்தால் தீர்த்து வைக்க முடியும்

இங்கு பலருக்கு தலைவலி உடல் வலி மாத்திரை தைலம் இல்லாமலே குணமாக்கும் சித்த வைத்தியம் அது முத்த வைத்தியம்..!!

மகிழ்ச்சியில் அனைவரும் தன்ச்சோடியோடு மகிழ்ச்சியை வெளிப்படுத்த அள்ள அள்ள கொடுக்கும் அட்சய பாத்திரம் முத்தம்..!

நோய் எதிர்ப்பு சக்திகளின் காவல்காரன்

முத்தத்தை சிக்கனம் செய்யாமல் தாராளமாக கொடுப்போம், !

கன்னத்தில் கொடுப்பது அழகின் முத்தம்

நெற்றியில் கொடுப்பது விடைபெறு முத்தம்

கையில் கொடுப்பது பாசத்தின் முத்தம்

இதழ்களை கொடுப்பது மோக முத்தம்

இறுதியில் கொடுப்பது நன்றி என்னும் முத்தம்...!

இது சுவை தரும் சிற்றுண்டி
திருடினாலும் கிடைக்காது--- ஏனென்றால் அதைத்
திருட முடியாது

மற்றவர்களுக்கு கொடுப்பதால் ஆயுள் நீடிக்கும் என்று
ஆராய்ச்சியில் ...?

முத்தம் உலகை ஆள்கிறது

கிராமம்

• • •

நம் பண்பாட்டையும் கலாச்சாரத்தையும் பாதுகாத்து
பராமரிக்கும் கலைக்கூடங்களாக கிராமங்கள் ...!

இங்கு முன்பின் தெரியாதவர்களுக்கும் அடைக்கலம்
உண்டு ஆபத்து என்றாலும் சரி ...!

இங்கு ஒருவருக்கு ஒருவர் என்ற பண்பாடு? நீண்டு
குளம் காக்கிறது....!

இங்கு உன்பது கூழாக இருந்தாலும் சரி வந்தவர்களுக்கு
மா விருந்து அளிப்பதே மருந்து ...!

இங்கு தன்மானம் தான் தலை தூக்கும்..?தலை
போனாலும்

இங்கு உழைத்து உழைத்து உருவான ஊர் இது

கோவில்களின் கோட்பாடுகள் கொஞ்சம் கில்லும் அதை
கொள்ளும்

இயற்கை அன்னை தோகை விரிப்பில் இதுவும் ஒரு
அற்புதம்

மாசு இல்லா நீரும் ஊரும் பேர் எடுக்கும்

மரணம் கூட கேட்டு தான் உயிரை எடுக்கும்

ஒப்பாரியின் சத்தம் ஒய்யாரமாக சத்தம் போடும்

ஆட்டத்திற்கும் பாட்டத்திற்கும்
அடைக்கலம் இங்கே

சண்டையும் சமாதானமும் சங்கம் ஏற்கும்

ஆலமரத்தின் கட்டபஞ்சாயத்து

ஆட்கள் பேசும் வெட்டி பஞ்சாயத்து

கிராமங்கள் தனக்கென்று இருந்த அடையாளங்களை கொஞ்சம் கொஞ்சமாக வளர்கிறது என்றால்? அது அற்புதம் அழிகிறது என்றால் அது பேராபத்து ...

நம் முன்னோர்கள் விட்டுச் சென்ற மா மருந்துகளையும் மீட்டெடுப்போம்

மறுவாழ்வையும் வளமாக்கும்

அமைதியாக வாழ்

• • •

ஆடம்பரம் கூடிய விரைவில் ஆயுளை குறைக்கும்

பொன் பொருள் வைரம் இவற்றையெல்லாம் தாண்டி உலகில் விலை மதிக்க முடியாதது ...?

அமைதி தான்..

எதைக் கொடுத்தாலும் இதை வாங்க முடியாது... அதை மறுக்கவும் முடியாது...

ஆதி மனிதன் ஆடம்பரமாக? வாழவில்லை ஆனால் அமைதியாக வாழ்ந்தால் அற்புதமாக வீழ்ந்தான்

பறவைகள் பகுத்தறிவோடு வாழவில்லை ...ஆனால் அமைதியாக வாழ்கிறது...
அமைதி
பகுத்தறிவு அப்பாற்பட்டது ...

தாவரங்கள் அணு ஆயுதங்கள் வைத்திருக்கவில்லை, ஆனால் அற்புதமாக வாழ்கிறது ...

புழு பூச்சிகள் வலிமை இல்லாமல் இருக்கிறது ...ஆனால் அமைதியாக வாழ்கிறது ..

விலங்குகள் மிருகத்தன்மை உடையது ஆனால் ஆசை இல்லாமல் வாழ்கிறது ....

ஆனாலும் இந்த மனித மானிடத்தில் மட்டும் ஏன் இந்த ஆடம்பரத்திற்காக ஆலாலும் அடித்துக் கொள்கிறார்கள்...

என்னதான் ஆடம்பரமாக இருந்தாலும் மீண்டும்
மண்ணுக்கு ஆடம்பரம் இல்லாமல்

அமைதி மிகப்பெரிய சொல்

மனித வாழ்வில் முக்கியமான ஒன்று அமைதி..

தொலைக்காட்சி

* * *

இன்று அறிந்து கொள்வது தெரிந்து கொள்வதும்
அதிகமாக இருக்கலாம்

ஆனால் நம்மை ஆள்வது இதுவாக இருக்கக்கூடாது

பலர் வாழ்க்கையின் காட்சி இன்று அதன் ஆட்சி ...

குடும்பங்களில் கொலை தூண்டும் கொடூர காட்சி
அதற்குச் சாட்சி-- தொலைக்காட்சி

பல குடும்பப் பெண்கள் சீரியலை பார்த்து சீரழிந்து
போகும் காட்சி -- தொலைக்காட்சி

இங்க சீரியலை பார்த்து சமைப்பதும் சீரியலை பார்த்து
சிந்திப்பதும் பலரின் பொழுதுபோக்காக அமைகிறது ...

இன்று உலகத்தை கற்றலும் கற்பித்தலும் காட்சியாக
அமைகிறது அதுவே சாட்சியாக அமைகிறது

பலர்களின் மனதை .. சிந்திக்க வைக்காத தூண்டாத
புறம்போக்கு தொலைக்காட்சி

பலரை பல வழியில் மாற்றும் குற்றவாளி

பள்ளி குழந்தைகள்
வாழ்க்கையை கெடுக்கும் கொடூரன்

இங்கு விஷம் வைப்பதை கூட சீரியலை பார்த்து
சிந்திக்கிறார்கள் நம் வீட்டுப் பெண்கள்

தொலைக்காட்சி என்பது ஒரு தொலைநோக்குப்
பார்வையே அது நம் வாழ்க்கையின் பாதை அல்ல
பரதேசி

இன்று காதல் என்று தன் வாழ்வு மறைந்து திரியும்
பலரின் முன் எதிரியே இந்த தொலைக்காட்சி

?ஆனால் குற்றம் தொலைக்காட்சியில் அல்ல .....அதில்??
நடிக்கும் நடிகர் நடிகைகளின் ஆபாசமே
....அனைவரையும் இன்றும் வாழ வைக்கிறது ....

குறைந்த அளவு பயன்படுத்த வேண்டும்
இல்லையெனில் கொன்றுவிடும்

தொலைக்காட்சியை தவிர்ப்போம்.... தொலைநோக்கு
பார்வையை வளர்ப்போம்...

குடை

• • •

குடை அனைவரின் கையிலும் குருடனாக

பல வண்ணங்கள் பணக்காரன் வாழ்க்கை குறியீடாகவும்

கருப்பு வண்ணம் மட்டும் ஏழையின் குறியீடாகவும்
பிரதிபலிக்கிறது? இந்தக் குடை கவிதை ....

பணக்காரன் வெயிலுக்கு பிடிக்கிறான்.. ஏழை
மழைக்குப்பிடிக்கிறான் ...

சின்னப் பருவத்தில் கையில் பிடித்துக்கொண்டு
குடையும் நனையும் நாமும் நனைவோம்

ஆனந்த தாலாட்டு அது விளையாட்டு

ஆனால் இப்பொழுது மழையில் நனையும் மனம்
ஏனோ மகிழ்ச்சி இல்லை பழைய நினைவுகள் போல் .....

நானும் நனைக்கிறேன் என்று ....

மலைக்கும் காற்றுக்கும் சேட்டை கொஞ்சம் அதிகம்
தான்

குடை பிடித்து வருபவர்களை பதம் பார்ப்பது அவர்கள்
தான்

இதை மடித்து வைப்பதாக சொல்லி உடைத்து
வைப்பவர்களே அதிகம் ...

குடையின் அற்புதம் நான் நனைந்தாலும் என்னோடு
இருப்பவர்கள் நனைய கூடாது என்று மனம் வருந்தும்

அன்று தாய் முந்தானையை பிடித்து வந்த நினைவை ஆட்கொள்கிறது

தந்தையின் அரவணைப்பிலும் தூக்குவதிலும்
துன்பமின்றி ....

நினைக்க வைத்து நனைய வைத்து கண்ணீர் வடிக்கிறது

குடையோரம் நானும் குலுங்கி அழும் நேரம்

பாடல்கள் என்றுமே இனிமை தரும்

* * *

பாடல்கள் பலவிதம் சங்க இலக்கியப்
பாடல்,சங்ககாலபாடல் இலக்கண பாடல்,நாட்டுப்புற
பாடல் .தமிழ் பாடல்கள் காலம் தழுவி புலவர்கள்
ஆளும் கவிஞர்களாலும் எழுதப்பட்ட காலம்
மாறிவிட்டது .....

பாடல்கள் ஒரு மனிதனின் மனநிலையை சமநிலைக்கு
கொண்டு செல்லும் மாமருந்து.....

பாடல் இன்னிசையும் மெல்லிசையும் தாளங்கள்
போடும் மனிதர்களின் காதுகளில்.....

பாடல்கள் ஒவ்வொரு விதமாக பிரதிபலிக்கிறது
மகிழ்ச்சி. சோகம் .காதல். வெற்றி.தனிமை. இனிமை .

காலங்கள் மாற மாற அதற்கேற்றார் போல் எழுதப்பட்டு
கொண்டே இருக்கிறது ....

மனதளவில் மனிதனின் மனதில் முக்கிய
பங்காற்றுகிறது ..... பாடல்கள்

மகிழ்ச்சியை வெளிப்படுத்தும் தருணமாகவும் ,,
சோகத்தை மறக்க வைக்க வெளிப்படையாகவும்
என்றும் மனதில் ஒலித்துக் கொண்டே இருக்கிறது ......

பாடல்கள் நம் வாழ்க்கையில் ஒரு பகுதி ....

மனதை ஆராயவும் வைக்கும் அழுகவும் வைக்கும்...

அன்று முதல் இன்று வரை பாடல்கள் அதன் தாக்கம்
அதிகமாய் கொண்டே இருக்கிறது....

பாடல் பரவசம் படும்..! பாடல் பக்குவப்படுத்தும்..!
பாடல் சிந்தனைப்படுத்தும்..!
பாடல் அறிவும் ஆற்றும் ......!

பாடல் இருக்கும் வரை மனிதர்கள் காதுகளில்
ஒளித்துக்கொண்டே இருக்கும் மா விருந்து ......

கைப்பேசி

* * *

இன்றைய காலகட்டத்தில் மனிதர்களின் வாழ்க்கையில் ஒரு முக்கிய பங்காக பணியாற்றுகிறது .....

இது மனிதர்களுக்கு ஒரு பக்கம் உதவியாக இருந்தாலும் ஒரு பக்கம் பெரிய ஆபத்தாகவே திகழ்ந்து கொண்டே இருக்கிறது .....

கைபேசி கண்களை கலங்கடிக்கும் பொய் பேசி

பலர் வாழ்க்கையில் இது மெய் பேசி

சிறுவர்களின் வாழ்க்கையை சீரழிக்கும் கண்சாட்சி

பல உயிரினங்களை இன்றளவும் பலி வாங்கிக் கொண்டே இருக்கிறது

இதன் கதிர்வீச்சு தன்மைகள் மனிதர்களை? பைத்தியமாக்கி விட்டது ..

மனிதர்கள் இதற்கு அடிமையாக்கி விட்டனர் ..? உலகம் முழுவதும் இதிலேயே முழுங்கி போய் கிடக்கும் ஒரு பேர் ஆபத்தாக விளங்குகிறது ....

காலம் கடக்க கடக்க காட்சிகளும், கருவிகளும் மாறிக்கொண்டே தான் இருக்கிறது இதற்கு மனிதர்கள் முக்கியமாக அடிமையாகி கொண்டே செல்கின்றனர்... இதனால் மாபெரும் அழிவையும் சந்தித்துக் கொண்டே இருக்கின்றன ....

இன்று சொந்தமும் பந்தமும் கைப்பேசியோடு கைக்கல்வி செல்கின்றன ...

காலத்தால் கலங்கடிக்கும் மாபெரும் புரட்சியாளன்
கைப்பேசி ......

முடிந்தளவு தேவைகளுக்கு மட்டுமே
பயன்படுத்துவோம் ....ஆனால்
இதுவே இன்று பல பேருக்கு வாழ்க்கை ஆகிவிட்டது

அலைபேசி அனைவரையும் சீரழிக்கும் காட்சி இதுவே
நீ சாட்சி .....

கரிசல்காட்டு பூவே

• • •

தெற்கத்திக் கள்ளனாக உன்னை அணு தினமும்

வரிகளில் தீட்டிக் கொண்டிருக்கும் பைத்தியக்காரன் நான்..."

ஏனோ என் மனம் உன்னை நினைத்து நினைத்து பெரும்
வலிகளிலும் வலுவிழந்து இருக்கிறேன் .....!
என் கரிசக்காட்டு பூவே

பூஞ்சோலை போல் நிறைந்திருக்கும் என் கரிசக்காட்டில்
நான் மட்டும் தனியாக கவி எழுதவோ......

வானமும் என்னை கண்டு கண்ணீர் வடிக்கிறது....!

பூமியும் சுற்றுவதை நிறுத்தி என்னை வியந்து
பார்க்கிறது....!

கார்மேக கண்களும் கலங்குதடி கரிசல் காட்டு பூவே ......!

எனக்கு இங்கே ஒரு ராகம் மட்டுமே உன் நினைவுகள் ....!

தாலாட்டு பாட கூட தடுமாறுகிறது என் வரிகள் தவறாகி
போனால் உன் ஞாபகம் அழிந்து விடுமோ என்ற
பயத்தில் என்- கரிசக்காட்டு பூவே ....!

யாரையும் அறியாமல் ஒரு எண்ணம் வருகிறது தினம்
தினம் உன்னை நினைத்து .... கரிசக்காட்டு பூவே ....!

உறவெல்லாம் தாண்டி உன் துணை தேடி நான்
அழைக்கிறேன் .... கரிசக்காட்டு பூவே... !

நான் தினமும் பல முகத்தை பார்த்தாலும் உன் முகமே பொழிகிறது.. கரிசக்காட்டு பூவே..!

இது கூட என் காதல் வரிகள் ஒன்று தானோ ஏனோ-- கரிசக்காட்டு பூவே ...!

காலை மாலை உன்னை நினைத்து துடிக்கும்
தூக்கணாங்குருவி போல் பறந்து கொண்டிருக்கிறேன்
இதுவும் காதல் தானே கண்ணே கரிசக்காட்டு பூவே ...!

ஏதோ கவி பாடுகிறேன் என் கரிசகாட்டு பூவே உன்னை நினைத்து ....!

பூக்கூட பூப்பதற்கு நடிக்கிறது என்னிடம் உன்னை
பார்த்து விட்டால் அழகு யார் என்று போட்டி
போடுமோ என்ற பயத்தில் ...கரிசக்காட்டு பூவே ...!

நம் கனவிலும் கதைகளை பேசி தனிமையில் தவித்து
ஒரு கதையாக உன்னை வைத்துக் கொண்டிருக்கிறேன்
கரிசக்காட்டு பூவே ....

இது கூட நினைவுகளில் சிந்தும் காதல்தானோ என்
கரிசக்காட்டு பூவே ....

பக்தியின் மாண்புகள்

• • •

பக்தி என்பது தெய்வத்தின் அடிப்படையை கொண்டே இங்கு அமைந்து கொண்டிருக்கிறது ...

ஆனால் அது உண்மை அல்ல முன்னோர்களின் சில நம்பிக்கைகளே பக்தி...

ஆம் உருவம் ஒன்றை செதுக்கியும் வரைந்து அதற்காக சூட்டப்பட்டது இந்த பக்தியின் மாண்புகள்...

நம் அறிவுகளை ஆராய அன்று முன்னோர்கள் புகட்டிய அச்சாரமே பக்தி அதன் அடிப்படையில் கோயில் விளங்குகிறது இன்று நாடெங்கும் ...

ஒருவன் நல்வழி பட கடவுளை வணங்குவது பக்தி என்று அன்று கணித்தனர்....

அப்படி அவன் நல்வழி பட்டால் மற்ற மனிதர்களையும் நல்வழிப் படுத்துவான் என்பதே மாண்பு....

ஆனால் இன்று நாடெங்கும் பக்தி என்ற பெயரில் பெரிய நாசம் செய்து கொண்டே இருக்கின்றனர் ..பலர்

ஏமாற்றம் அதிகம் நிறைந்த உலகம் இது பக்தியை வைத்து கடவுளின் பெயரில் வசூல் வேட்டையும் நடக்கிறது ....

பெரியாரின் கூற்று:

பக்தி வந்தால் புத்தி போகும் புத்தி வந்தால் பக்தி போகும்

ஒரு மனிதனை சக மனிதனாக நினைத்து அவனிடம் பணியாற்றுவது பக்தி மறையாகும் ....

காலத்தின் சூழ்ச்சியால் என்ற அளவும் பக்தி என்ற பெயரில் பலர் பல தேசங்களில் வேஷங்களில் வேடமிட்டு அறத்தை அழித்து புறத்தைச் சுற்றி இன்று கோலாகலமாக வாழ்ந்து கொண்டிருக்கின்றனர் கோவில்களில் ...

கடவுளை வணங்குவன் மனிதன் என்றால் ... மனிதனை வணங்குவனே சிறந்த மாமனிதன் என்கிறார் கடவுள் ....!

பக்தி ஒரு மனிதனை பக்குவப்படுத்தும் ஆனால்

பலர் அதனை பயன்படுத்தி பணம் பறிக்கின்றனர் ... இன்றைய உலகில்

பக்திக்கு பணத்தை செலவழிக்கும் மனிதர்கள் புத்தி இல்லாமல் இருக்கும் மனிதர்களை திருத்துவதற்கு செலவு பண்ணுவதே சிறந்த மாண்பாகும்....

இன்றைய காதல்

* * *

காதல் என்பது ஒரு தெய்வீக அன்பு அன்று

இன்று காதல் என்பது பெரும் வம்பு வழக்கு

பலர் வேஷங்களில் பல மாற்றங்களை நிகழ்த்திக் கொண்டே காதலில் இருக்கின்றனர் ...

காதல் என்ற சொல் அழுகி கழட்டி விடும் சொல்லே பெருகிவிட்டது .....

ஒரு பெண் ;

ஒருவனை கண்டு காதல் கொண்டு

முடிந்தவரை உண்டு
செலவுகளை கண்டு

முகத்தைக் கொண்டு பல ஊர்கள்

பிறகு அவனைக் கொன்று விடுகிறது இன்றைய பெண்டு ....

.இது ஆண்களுக்கும் பொருந்தும்

ஒருவனை காதல் செய்து

அவனது வாழ்வை அழித்து நின்று

பிறகு வீட்டில் கண்டவனை கண்டு

திருமணம் செய்து கொண்டு

காதலனை தெருவில் நிறுத்தி கொண்டு

கழட்டி விட்டு கைதட்டி கொண்டு

உற்சாகத்தில் உல்லாசம் கண்டு ...இன்றைய சில
பெண்டு....

உண்மை காதல் ஊமை ஆகி போய்விட்டது ....

பொய்யான காதலே இன்று பொங்கி வழிகிறது ....

பலர் காதல் கைபேசியில் கழண்டு விடுகிறது

சில காதல் சிக்கிக் கொள்கிறது

உண்மை காதல் உயிரை விடுகிறது

காலத்தில் காதல் வெல்லுமோ ...
இல்லை காலம் வெல்லுமோ...

காதல் செய்பவர்களே ...
கவனமுடன் செல்வீர்....

கிராமத்து விளையாட்டு

* * *

தத்தி தவழ்ந்த குழந்தை பருவத்தில் நாம் கொஞ்சம் கொஞ்சமாக கண்டு கொண்ட விளையாட்டுக்கள் அனைத்தும் தனிச்சிறப்பே...

சின்னஞ்சிறு கைதட்டும் வீட்டு விளையாட்டு வீடு கட்டும் பேர் விளையாட்டு

சின்ன சின்ன குண்டு விளையாட்டு குழி தோண்டும் மண்ணும் விளையாட்டு ...

சின்ன சின்ன கல் விளையாட்டு கலைகளில் சிறந்து விளையாட்டு ...

மட்டை விளையாட்டு மண்டையை உடைக்கும் விளையாட்டு ...

கோட்டிப்புள்ளோ அது கோட்டைக்குள்ளோ

நீந்தும் விளையாட்டு அதுதான் நீச்சல் விளையாட்டு...

தாயம் விளையாட்டு படங்கள் விளையாட்டு

பாம்பு விளையாட்டு பட்டாம்பூச்சி விளையாட்டு

கை விளையாட்டு கயிறு விளையாட்டு

கண்ணாமூச்சி சொன்னால் போச்சு விளையாட்டு ...

ஐஸ் பால் ரொம்ப நைஸ் நாள்

குச்சிப்புடி கும்மி புடி

நீளம் தாண்டு விண்ணைத்தாண்டு

சோறு விளையாட்டு சொர்க்க விளையாட்டு...

அப்பா சோறு ஆயா சோறு ஊரார் விட்டு சோர் எல்லாம்
நம்ம சோறு அன்று ....அதைச் சென்று வாங்கி வந்து
அதை உண்டு ....மலையைக் கண்டு ..

கடலில் விட முடியாத கப்பல்களை ஓடும் நீரில் விட்டு
விளையாடுவோம் ...

தேன் விளையாட்டு தேனீ கடி விளையாட்டு...

திருடன் போலீஸ் நீ தான் வாரிசு ....

ராஜா ராணி நமக்கு வேணுமோ ஒரு கேணி ....

வேட்டு விளையாட்டு வெடிக்குமா தாலாட்டு ...

சக்கர விளையாட்டு சறுக்கு மர விளையாட்டு ....

உப்பு விளையாட்டு உருட்டு விளையாட்டு ...

கணக்கு விளையாட்டு கடைகளிலும் விளையாட்டு .....

திருட்டு விளையாட்டு திருடும் விளையாட்டு...

மண் விளையாட்டு மலைக்கோட்டை விளையாட்டு ...

சண்டை விளையாட்டு சமாதான விளையாட்டு ...

பந்து விளையாட்டு பள்ளி விளையாட்டு

வழுக்கு மரம், வழுக்குமா நிறம் ..

கபடி அதுதான் பல பேருக்கு அடிதடி

மாடுபிடி உன் உயிரை பிடி....

கிராமங்களில் இன்னும் உடலை வலுவப்படுத்தும் பல
விளையாட்டுகளுடன் நானும் உங்களுடன்...

நினைவுகள் மறப்பதில்லை நெஞ்சமே .....

விளையாடிக் கொண்டிருக்கிறேன் என் வரிகளில்......

பேருந்து பயணங்கள்

• • •

பயணங்களில் சிறந்த முதல் அனுபவமே
அனைவருக்கும் பேருந்து பயணம் ...

பேருந்து ஒரு பெண் குயின்

ஆம்

அழகு ஆணவம் கவர்ச்சி பாடல் அங்கு கிடைக்கும்
தோட்டம் அது ...

எல்லோர் மனதிலும் அது மகிழ்ந்து

போட்டி போடும் இடம் போர்க்களமும் நடக்கும்
அன்று ...

பாடல்களும் போட்டி போடும்

இங்கும் அதிகமான மலர்களும் மலரும்

உதவி செய்யும் குணமும் உருவாகும்

அது நீங்கா நினைவாகும்

காலையிலும் மாலையிலும் கல்லூரி எங்கும் வாசம்
பொங்கும்

பயணம் வெல்லும்

பல காதலும் மோதலும்.. திகட்டா படிகட்டு ...

இதில் படியில் பயணம் நொடியில் மரணம்

அச்சுத்துடன் பயணித்தாலும் . என்றுமே அலங்கோலம்
தான்

பாதைகள் முடிந்தாலும்... பயணங்கள் முடிவதில்லை...

கல்லூரி பயணங்கள்

• • •

ஒவ்வொரு மனிதனின் வாழ்க்கையில் மறக்க முடியாத பயணம் இது...

நம் தேடலை தொடங்கிய பயணம் அது காலமும் இது...

கல்லூரி வாசலில் முதல் வசந்த காலம் நான் எடுத்து வைத்த கால் தடம் ....

கல்லூரி கனவிலும் கலையாத ஓவியம் அது...

கல்லூரியில் அன்பும் ஆதரவும் அதிகமாக தோன்றும் பொக்கிஷ கிடங்கு .....

ஆசிரியரின் ஆளுமையும் அரவணைப்பும் இங்கு அதிகமே ...

அன்பு அனைவரின் மீதும் அற்புதமாகும்

பிடித்த ஆசிரியர் பிடிக்கா ஆசிரியர் ...

அன்புக்கும் பண்புக்கும் பாகுபாடு இங்கு இல்லை ...

காதல் என்ற சொல்லுக்கு முதல் தளமே இந்த கல்லூரி.....தான்

அவளும் அவனும் காதலில் நண்பர்கள் என்றும் பாதுகாப்பில் ...

பல அவமானங்கள் ..அது என்றுமே புது மாடங்கள் ...

கடைசி வரை கலங்கடிப்போம்
பெண்களை சைட் அடிப்போம் ....

பரிட்சை பலவிதம் என்றுமே எங்களுக்கு புதுவிதம்...
மொத்தமாக அடுத்த ஆண்டில் எழுதி முடிப்போம் ...

காதலையும் கையோடு ....அதன் பாடு திண்டாடு ...

ஊர் சுற்றி உல்லாசம் ...உறவுகளும் திண்டாடும் ..

மாமன் மச்சான் வேணாம் மச்சான் சொல்லுக்கு
சொந்தங்கள் இங்கு அதிகம் ....

ஒரு தட்டு சோறு ...உண்பது பல பேரு

ஆட்டமும் பாட்டமும் இங்கு அதிகம் ...

ஆளுக்கு ஒரு கூட்டம்

சீனியர் ஜூனியர் ஏற்றம் பெரும் கொண்டாட்டம் ...

சண்டைக்கு தலைப்பதில்லை

மலரும் நினைவுகளாக ஆண்டுகளும் மாறும்

ஆனால் நினைவுகள் ஒரு பொழுதும் மாறாது ....

தடைகளும் படைகளும் இங்கு அதிகம் ....

நம் நினைவுகள் என்றுமே ...கல்லூரி காலங்களில்
எழுந்து ஆரம்பிக்கிறது ....

கல்லூரி பலர் வாழ்க்கையில் அது மெய்குறி......

கடிதங்கள்

* * *

கடிதங்கள் காலத்தாலும் காவியத்தாலும் அழியாத மறையாத ஒன்றே.....

கடிதம் எழுதுவதே ஒரு தனி சிறப்பு ...

பல பேர் வாழ்க்கையில் கடிதங்கள் ஒரு நினைவுகளே இன்று ....

ஆம் கடிதம் காலத்தைக் கண்டு எழுதப்பட்டது அவளையும் கொண்டு ....

ஏனோ மனதை கொள்ளையடித்து விட்டால் என்று கடிதம் எழுதத் தொடங்கிய ஒருவன் ....

எழுதிக் கொண்டே இருக்கின்றார் ....

அவன் ரசனையில் ரகங்களும் பலவிதமாக பிரதிபலிக்கிறது...

அக்கடிதத்தை அப் பெண்ணிடம் கொடுக்கும் நேரங்களில் ....கடிதமும் கண்ணீர் வடிக்கும் ....

கொடுக்காமல்...

கடிதங்கள் மட்டுமே எழுதி அதிகமாகி கொண்டே போகிறது ....

ஆம் எப்பொழுது என் கடிதங்கள் அவள் காதுகளில் ஒலிக்கும் என்று.....

கைகளில் வரும் எழுத்துக்களை அன்று காதல் கவிதையாக தோன்றியது ....

பிறகு கடிதங்களாக அவளுக்கு அனுப்ப ....

கடிதங்கள் பலமுறை முகவரியும் மாறி செல்லும் ....

அதைக் கண்டு கொள்ளும் ...

ஏனோ குடுத்து இருந்தால் அவள் என்னவள் .....

அதை மறுத்து இருந்தால் அவள் மற்ற மனத்தவள் .....

கடிதங்கள் கடைசி நிமிடமும் கையில் தான் ....

கடிதங்கள் ஒரு சிறந்த தோழனாக அனைவருக்கும் ....

ஊருக்கும் கடிதங்கள் உறவுக்கும் கடிதங்கள் ...

அவளுக்கும் கடிதங்கள் அவனுக்கும் கடிதங்கள் ....

பள்ளியிலும் கடிதங்கள் கல்லூரியிலும் கடிதங்கள் .....

காலத்திலும் கடிதங்கள் கடைசி வாழ்க்கையிலும்
கடிதங்கள் .....

மிதி வண்டியும் மின்னல் வண்டியும்

* * *

மிதி வண்டி :

அன்று மிதிவண்டி மனிதர்களின் வாழ்வில் பெரிய பங்கு வகித்தது...ஆம்

உழைப்பவன் உடலை மேம்படுத்தியது

உள்ளமும் பொலிவடைந்தது

வேர்வைக்கு எடுத்துக்காட்டே அந்த மிதிவண்டி தானே

உடற்பயிற்சி கிடங்கது ...

வேகமும் விவேகமும் உற்பத்தியாகும் தொழிற்சாலை...

ஒவ்வொருவர் வீட்டிலும் பெரும் தளீர்றது ...

கை கால்களின் கலமது

உழைப்பவனின் தோழனாக அன்று
ஏழைகளின் வீட்டில்...

நோயின்றி வாழ மிதி வாழ்க்கையில் பெறும் நிதி .....

மின்னல் வண்டி:

நோய்களின் பிறப்பிடம் இது...

நொடி பொழுதில் நேரத்தையும் மிச்சம் ஆகும்..

நோய்களையும் திட்டமாக்கும் ....

உழைக்காத உடல் போல் வியர்வை கானா பயணம் அது ...

வேகமும்,மரணமும் ஒன்றே ,.

அச்சமும் ஆணவம் இதில் அதிகம் ....

சமுதாயம்

* * *

ஒவ்வொரு நாட்டின் பெரும் பங்கு ...

சமுதாயம் மனிதர்களை சார்ந்த ஒரு பெருங்குற்றம்

சமுதாயத்தில் ஒரு மனிதன் வாழ்வது வீழ்வதும் பெரும் தொடர்கதையாகவே தொடர்கிறது ......

மக்கள் ஒன்றுபட்ட வாழ்ந்தாலும் சமுதாய என்ற கோட்டுக்குள் உள்ளடக்கிய வாழ்கின்றனர் ...

இந்த சமுதாயத்தில் வாழ்வது பெரிய கொடுமையாகவே நீடித்துக் கொண்டிருக்கிறது ..

பலர சாகடிக்கவும் சமுதாயம் தயங்குவதில்லை ...

ஒரு குற்றத்தை கூறு போட்டு விற்கும் போதனையாகவே சமுதாயம் திகழ்கிறது...

இந்த சமுதாயத்தில் ஒரு ஆணும் பெண்ணும் ஆவணப்படுத்தப்படுகிறார்கள் ....

சமுதாயத்தில் மன குழப்பங்களும் மன கண்ணீர்களும் பெரும் ஆறாக தொடர்கதையாகிறது....

சமுதாயம் ஒரு சாக்கடை ....

கள்ளிப்பால்

* * *

நாட்டில் அன்று மிகப்பெரிய கொடிய நோயாக பலர் மனதில் திகழ்ந்தது ....

ஒவ்வொரு வீட்டின் ராணியை ரணகளப்படுத்தினர் ...

ஆம்

பிறக்கும் பெண் குழந்தைகள் வேண்டாம் என்று
அன்று
கள்ளிப்பாலை கொண்டு கொன்ற காலமே அன்று
அதிகம் ...

பெண் குழந்தை ஒரு பொக்கிஷம் என்று அறியாமல்
துச்சமாக நினைத்து கொண்ட கூட்டம் ஒன்று அதிகம் ...

கள்ளிப்பால் ..

குடும்பங்களின் கண்ணீரை அதிகப்படுத்திய பெரும் நோய் .....

பெண்கள் இல்லை ஏன் ஆண்கள் இல்லை என்ற
எண்ணம் இல்லாமல் அன்று பெண் குழந்தைகளை...!

சுடுகாட்டிற்கு விதையாக அர்ப்பணித்த கூட்டம் இது ...

பெண் நாட்டின் பெருமை என்று அறியாமலும்...

பெண் ஆண்களின் கிண்ணம் என்றும் அறியாமல் ...

அழகிய குழந்தைகளை அழ வைத்து ரத்தத்தை தீட்டிய ரணகளமும் உண்டு ...

கள்ளிப்பால் ....

காலத்தால் மறக்க முடியாத மாமருந்தது அது

கொடிய நோயாக அன்று பல குலங்களில் பரவி கிடந்தது ...

களைந்து போன கனவுகள்

* * *

ஒவ்வொரு மனிதனின் வாழ்விலும் ஒரு நிகழ்வு
பெரிதாகவே நிகழ்ந்திருக்கும் ....

அவர்களின் கனவுகளும்,கஷ்டங்களும்,அவர்களின்
மனதில் பெரும் நோயே,,

காலத்தால் மறையும் வரை ஒவ்வொரு மனதையும்
புண்படுத்திக் கொண்டே இருக்கும் கனவுகள்,,,!

சிவந்து போன கனவுகளை மீண்டும் வளர வைப்பது
கடினமே....

வாழ்க்கையில்,,,

கடமைகளாலும்
குடும்பங்களாலும்..காதலாலும்..ஆசையும் கனவாக
மறைந்து போகிறது .....சிலரின் வாழ்க்கையில்

கஷ்டங்கள் கடலளவு என்று நினைத்து பலர் கனவுகளை
சிதைத்து ...

கனவுகள் கலைந்து போனது அதிகமாகவே,...
பலரின் வாழ்க்கையில்....

வானவில் போல் வாழ்க்கை ஒரு நாள் மலரும்

ஆனால்

கலைந்து போன கனவுகள் மலராது ....

கருவேலம் முள்ளுக்காடு

* * *

நிலங்களை சூறையாடும் அந்நிய நாட்டு விதையே...

மண்ணை மலடாக்கி நீரை உறிஞ்சி உல்லாசமாக
குத்தாட்டம் போட்டுக் கொண்டிருக்கிறது..

வளரும் வளங்களை சுரண்டி திங்கும் அயோக்கியன் .....

நிலங்களை ஆங்காங்கே அடிப்பனை வைத்து ஆளும்
கரு வெள்ளையன் ...

வெந்து தணிந்த காட்டில் வெள்ளையனால் உருவான
விதைகள் நம் நாட்டில் ....

கரையான் போல் மண்ணை அரித்துக் கொண்டே
இருக்கும் கொடிய நோய் இந்த கருவேலம் ....

கள்ளிச் செடியும் கருவேலமும் ஒன்று

அது நாட்டில் விளைந்து நின்று

மண்ணை அழித்து நின்று ....

இனி அதை ஆள விட்டால் நம்மளை அழித்துவிடும் ...

நாட்டின் மா மருத்துவ மரங்களை அழிப்பதை விட ....

முட்டாள்களே

அந்நிய நாட்டு அரக்கனை அழையுங்கள் .....

ஊட்டி முதல் என் உறவு வரை

மலைகளின் இளவரசி வருங்கால மகாராணி ...

மனதை மயக்கும் மலர்களும் மனதை திருடும் ...

மாறுபட்ட தோற்றமும் மலைகளின் ஏற்றமும் ..

மழைகளும் அடிக்கடி அடம்பிடிக்கும் நான் வருகிறேன் என்று ....

எண்ணற்ற இடங்கள் இயற்கையின் தளங்கள்...

வாசனையும் வசப்படுத்தும், உணர்வையும் நிலைப்படுத்தும்....

சிலு சிலுவென வீசும் காற்று ரசிக்கும் புது புது பாட்டு ...

யானைகளின் தோட்டம் அதை கண்டு மக்கள் தினம் ஓட்டம்...

கூடலூர் குண்டு மல்லியும் வரவேற்கும் மனதை மகிழ்விக்கும்.....

பாசம் நிறைந்த பந்தலூரில் எல்லை இல்லை......

இங்கு என் நண்பனுக்கு நன்றி கடன் ராஜ்.....

அம்மா அகிலமும் உன் வசம் "கலையே" என் தாயே...

அண்ணன் அடக்கத்தின் கண்ணன் "விஜி" ....

ஆனந்தத்தின் சிரிப்பில் என் அக்கா அமிர்தம் "ஜீவி"....

குழந்தைகளின் செல்லம் மனதை கொள்ளும் சிற்றுண்டி
""அனு,, அஜி"" அழகு பிள்ளை .....

நேசமும் பாசமும் இருக்கும், அதைப் பார்த்து மக்கள்
வியந்தும் இருக்கும் ....

இங்கு உள்ளம் நிறைந்த அன்பை வெளிப்படுத்திய
,தாயும் அக்கா அண்ணன் குழந்தைகளும் என்
நண்பனின் நயமும் என் கவியும்-- "செல்லாவாக"....

பந்தலூரில் அங்கோர் "டீ"கண்டேன்....குடித்து திகட்டி
நின்றேன் ....தினம் தினம்

இங்க மொழிகளும் முத்தமிடும் மூச்சு அடைத்து சத்தம்
விடும் ....

நீரோடையில் நிம்மதி கண்டேன் ...
புது புது விந்தயும்
கண்டேன் ....

கோவில்களின் கோலாகலம் என்றுமே குதூகலம் ....

போட்டிகளும் இல்லை பொறாமைகளும் இல்லை """

என்ன நடக்கும் அதைக் கண்டு மனம் வியக்கும் ...

உறவாடும் ஊர் அது
பேர் சொல்லும் கவி இது ....."செல்லாவாக"

மறவா நெஞ்சம் இது மறப்பதில்லை :.....

என் கூற்றுகள்

• • •

*1).*பல தடைகள், பெறும் வலிகள் உண்டு ஓர் அனுபவம்

*2).*வென்ற மனதில் வெற்றிடமும் உண்டு

*3).*ஆணுக்கும் இல்லை ஆளுமை பிறகு சிறை மகிமை

*4).*போராடி போராடி புரிந்தவர்களே அதிகம் மீண்டும் துளிரும் புரட்சியாளர்களின் கழகம்

*5).*புரட்சி ஒன்றே புதுமையானது வருங்காலத்தில் பெருமையானது

*6).*மதிகெட்ட ஊரடா மதி கொண்டு நீ வாழ டா

*7).*யாரை நம்பி நீயாக உன் உழைப்பே இங்கு மெய்யாக

*8).*மங்கை ஆடுவாள் கற்பனையில் மன்னவன் தேடுவான் மங்கையின் கற்பையில் ...

*9).*கவியே உன்னை கொஞ்சம் என் மதியே

*10).*கவிஞர்கள் மீது கவியும் கர்வம் கொள்ளும்

*11).*நீ உழைமகனே எங்கள் உழவன் மகனே

*12).*உழவனை மதி சேற்றில் மிதி சோற்றில்உன் விதி உயிர்கள் வாழ காலத்தின் விதி

என் கூற்றுகளுடன்,,நான் தீட்டிய வரிகள் .....

மாயை

• • •

மாயை என்று கேட்டவுடன் நம் அனைவருக்கும் நம் வாழ்க்கையில் நடந்த அற்புதங்கள் தான் நம் மனதில் முன் வரும் .....

ஆம்

அது நம் வாழ்க்கையில் நடந்த ஒரு நிகழ்வாக கூட இருக்கலாம் அதிசியமாகவும் இருக்கலாம் அற்புதமாகவும் இருக்கலாம் ஒரு பொக்கிஷமாகவும் இருக்கலாம் ஏனெனில் மாயை என்பது நம் மனதின் மர்மம் ....

மாயை அறியக் கூடியது மனதை துறந்து அனைத்தும் மறந்து ஒரு தியான நிலையே மாயை.....

உன்னுடன்?இது மனதிற்கு அப்பாற்பட்டது மாயை

வீட்டு வளர்ப்பு பிராணிகள்

• • •

ஆடு மாடு அலங்கார தேரு ....
பூனை பாரு பூறும் பாரு ...
ஆட்டைப் பாரு ஆட்டம் போடு ....
மாட்டைப் பாரு பாலை கரைந்தோடு ....
மாட்டை பாரு வண்டியோடு ....
கிளியை பாரு அதன் பேச்சைக் கேளு ....
வாத்தை பாரு வணக்கம் போடு...
முயலைப் பாரு முந்தியோடு ...
நாயை பாரு நன்றியோடு ....
உடும்பை பாரு வழுவே மேலு....
குருவி பாரு கூடை தேடு ....
சேவலை பாரு எழுந்திடும் பல பேரு ...
கோழியைப் பாரு குஞ்சு பாரு ...
புறாவைப் பாரு புன்னகை போடு ..
மைனா பாரு மனதை தேடு ...
குயிலைப் பாரு பாடல் கேளு ...
மயிலை பாரு மனதைக் கேளு ...
பாம்பைப் பாரு பயந்து ஓடு....
ஜல்லிக்கட்டு அதனுடன் மல்லுக்கட்டு ...
வீட்டு செல்லப் பிராணிகளின் தாலாட்டுகளுடன் .....

www.ingramcontent.com/pod-product-compliance
Lightning Source LLC
LaVergne TN
LVHW102350051026
849518LV00017B/2025

* 9 7 8 9 3 5 5 3 3 5 5 1 7 *